बुद्धीच्या आरपार
चैतन्य महाप्रभू

बेस्ट सेलर पुस्तक 'विचारनियम'चे रचनाकार

सरश्री

यांच्या मार्गदर्शनावर आधारित

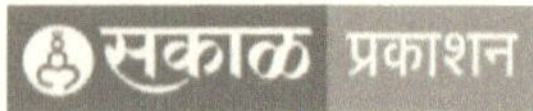

Budhichya Aarpaar : Chaitanya Mahaprabhu
by Sirshree Tejparkhi
First published in Marathi by Sakal Media Pvt. Ltd.
by arrangement with WOW PPL
© Tejgyan Global Foundation, 2024

बुद्धीच्या आरपार : चैतन्य महाप्रभू
सरश्री

प्रथम आवृत्ती	:	मे २०२४
मुखपृष्ठ	:	मधुमिता शिंदे
मुद्रितशोधन व मांडणी	:	सकाळ प्रकाशन
प्रकाशक	:	सकाळ मीडिया प्रा. लि. ५९५, बुधवार पेठ, पुणे ४११ ००२
मुद्रणस्थळ	:	विकास प्रिंटिंग ॲण्ड कॅरिअर्स प्रा. लि. प्लॉट नं. ३२, एमआयडीसी, सातपूर, नाशिक
ISBN	:	978-81-97338-43-4
संपर्क	:	०२०-२४४० ५६७८ / ८८८८८ ४९०५० sakalprakashan@esakal.com

हे पुस्तक समर्पित आहे
ईश्वरपुरी महाराजांना,
ज्यांनी प्रकांडपंडित विश्वंभर मिश्र यांना
स्वरचित, कृष्णप्रेमाने ओथंबलेले असे काव्य
ऐकवून निरागस भक्त बनवले आणि
विश्वाला भक्तिरसाने ओतप्रोत भरलेला अखंड
चैतन्य महाप्रभूसारखा परीस प्राप्त झाला.

पुस्तकाचा लाभ कसा घ्याल?

प्रस्तुत पुस्तक महान कृष्णभक्त चैतन्य महाप्रभूंच्या समग्र जीवनाचे दर्शन घडवते व भक्तीच्या वेगवेगळ्या अवस्थांची जाणीव करून देते. त्याचबरोबर त्यांनी दिलेल्या शिकवणुकीवरही प्रकाश टाकते. या पुस्तकाचा लाभ तुम्ही खाली सांगितल्याप्रमाणे घेऊ शकता.

- पुस्तकाच्या पहिल्या खंडात चैतन्य महाप्रभूंच्या जन्माचे प्रचलित कारण व त्यांच्या बाललीलांचे वर्णन आहे. या खंडातील अध्यायांचे वाचन केल्यामुळे तुमच्या मनात निरागस भक्ती जागृत होईल. त्यांना राधेचा भाव असलेला कृष्णावतार का म्हटले जाते, हे तुमच्या लक्षात येईल.

- पुस्तकाच्या दुसऱ्या खंडात चैतन्य महाप्रभूंचे बालपण, त्यांचे शिक्षण, त्यांना दिलेली दीक्षा व त्यांच्या प्रापंचिक परिस्थितीचे वर्णन आहे. हे वाचत असताना तुम्हाला जाणवेल, की मोह व चिंता यांना माणसाचे शत्रू का समजले जाते, बुद्धी भक्तीच्या मार्गातील अडथळा कधी होते आणि त्याच्याही पलीकडे जाऊन भक्त कसे होता येते?

- पुस्तकाच्या तिसऱ्या खंडात चैतन्य महाप्रभूंच्या भक्तिलीला व त्यांनी केलेल्या जनजागरणाचे सुंदर वर्णन आहे. या खंडातील अध्यायांमध्ये तुम्ही त्यांचे संन्यास ग्रहण, सखी भाव जागरण, भक्तीच्या परम अवस्थेची प्राप्ती, नामसंकीर्तन आंदोलन, समाजसुधारणा याबद्दल जाणून घेणार आहात. त्यावरून भक्तीची उच्चावस्था काय असू शकते, हे तुम्हाला समजेल. अशी अवस्था प्राप्त झाल्यानंतर कशी अभिव्यक्ती होते, हेही लक्षात येईल.

- पुस्तकाच्या चौथ्या खंडात चैतन्य महाप्रभूंची मूळ शिकवण व त्यांच्याद्वारे दिला गेलेला तारक ब्रह्ममंत्र पूर्ण जाणिवेसह सांगितला आहे. या खंडात नामस्मरणाचे महत्त्व तुम्हाला समजेल व हसत-नाचत, आनंदाने भक्तीत कसे दंग होता येते, हे लक्षात येईल.

चैतन्यरूपी परिसाची पहिली ओळख

भक्तीच्या चार अवस्था

प्रस्तावना

जगात दोन प्रकारचे भक्त असतात – सोन्यासारखा भक्त व दुसरा परीस भक्त. सोने अतिशय शुद्ध धातू आहे. सोने नेहमी चकाकत असते व त्यावर कधीही गंज चढत नाही.

परीस असा धातू आहे, ज्याच्या स्पर्शाने लोखंडाचे सोने बनते. रामभक्त शबरी, गोकुळातील गोप-गोपिका व बिभीषण हे सोन्यासारखे भक्त होते. सदासर्वकाळ ते भक्तीत लीन राहिले. त्यांची भक्ती सोन्याप्रमाणे शुद्ध होती.

महात्मा बुद्ध परीस होते. अंगुलीमालसारख्या दुराचारी माणसाचे त्यांनी हृदयपरिवर्तन केले. संत ज्ञानेश्वर, संत मीराबाई, संत कबीर, गुरुनानक, तुलसीदास असे अनेक संत परिसाप्रमाणे होते. त्यांच्या संपर्कात आल्याने अनेक पापी, अधर्मी, पतित माणसे सोन्यासारखी पवित्र व शुद्ध झाली. आपली पापकर्में सोडून ती ईश्वरप्राप्तीच्या मार्गावर चालू लागली.

एखादा भक्त परीस केव्हा म्हटला जातो? जेव्हा त्याच्या संपर्कात येणारा प्रत्येक माणूस सोन्यासारखा भक्त होतो किंवा कमीत कमी भक्त बनण्याच्या मार्गावरून चालू लागतो.

चैतन्य महाप्रभू असेच एक परीस भक्त होते. ते आर, पार, पास व परीस या चारही अवस्थांतून पार झाले.

'आर'ची अवस्था – बुद्धीच्या संदर्भातून बघितलं तर 'आर' अवस्था म्हणजे बुद्धीची यात्रा आरंभ होण्यापूर्वींच ज्यांच्या मनात भक्तीचा उदय झाला. ही भक्तावर होणारी सर्वांत मोठी कृपा आहे. कारण बुद्धी भक्तिमार्गावर अनेक अडथळे निर्माण करू शकते.

जे बालभक्त होऊन गेले, त्यांची भक्ती 'आर' भक्ती होती असे म्हणता येईल. म्हणजे मनाची अशी स्थिती जिथे बुद्धी अगोदरच समर्पित झालेली आहे. असे भक्त थेट अंतःकरणातून भक्ती ग्रहण करतात. याचे सर्वश्रेष्ठ उदाहरण म्हणजे भक्त प्रल्हाद, ज्यांनी जीवनात भक्तिसूत्र आत्मसात केले. त्यांचे भाव, विचार, वाणी व क्रिया यांतून भक्तीच दिसत होती. चैतन्य महाप्रभूंची जन्मतःच 'आर'ची अवस्था होती. हरिकीर्तन ऐकताच त्यांचे रडणे थांबे व ते हसू लागत.

'पार'ची अवस्था – जेव्हा एखादा सत्यसाधक बुद्धीच्या पलीकडे जाऊन भक्तीत प्रवेश करतो, तेव्हा अशी अवस्था येते. अशा अवस्थेत बुद्धी व ज्ञान त्याच्या भक्तिमार्गात अडथळा आणत नाही. या अवस्थेचे प्रसिद्ध उदाहरण म्हणजे रामकृष्ण परमहंस. ते बुद्धीपलीकडे जाऊन हृदयात स्थापित झाले. त्यांनी स्वतःला कालीमातेच्या चरणावर समर्पित केले व स्वतः निरागस भक्त बनले. अगदी याचप्रकारे चैतन्य महाप्रभूंच्या जीवनात अशी अवस्था आली. आपले पांडित्य व ज्ञान बाजूला ठेवून ते त्याच्यापलीकडे गेले. ही अशी एक अवस्था आहे जिथे फक्त भक्तीच उरते, तिथे कोणतेही तर्क-वितर्क किंवा बुद्धिमत्ता काम करत नाही.

'पास'ची अवस्था – या अवस्थेत बुद्धीचे समर्पण होत नाही तर बुद्धीचा उपयोग योग्य प्रकारे भक्तीसाठी केला जातो. भक्ती प्रगाढ करण्यासाठी ज्ञानाचा उपयोग केला जातो. याचे सर्वश्रेष्ठ उदाहरण म्हणजे आदि शंकराचार्य, स्वामी विवेकानंद. त्यांनी बुद्धिसामर्थ्याच्या जोरावर लोकांना अध्यात्माचा मार्ग दाखवला, त्यांचे अज्ञान दूर केले.

'परिसा'ची अवस्था – ही भक्तीची सर्वश्रेष्ठ अवस्था आहे. या अवस्थेत भक्त स्वतःही आनंदी राहतो व इतरांनाही भक्तीचा प्रसाद वाटतो. परीस अवस्थेत असणाऱ्या भक्तांच्या संपर्कात येताच लोकांच्या चेतनेचा स्तर उंचावतो.

चैतन्य महाप्रभूंनी या चारही अवस्थांचे दर्शन घेतले. त्यांच्याजवळ येणारा प्रत्येकजण मग तो शेजारी असो, भक्त असो, शत्रू असो, मित्र असो, ज्ञानी असो

अथवा अज्ञानी... सगळं विसरून ईश्वरप्रेमात रंगून गेला, नाचू-गाऊ लागला, त्यांच्याप्रमाणे निरागस होऊन सोन्यासारखा भक्त झाला.

अशी अनेक उदाहरणे तुम्ही या पुस्तकात वाचणार आहात. यावर जर खोलवर मनन केलंत तर तुम्हीसुद्धा परीस असणाऱ्या महाप्रभूंच्या बरोबर हरिनामाचा गजर करत नाचत-गात भक्तीमध्ये रंगून जाल व सोन्यासारखे भक्त बनाल.

चला तर, मायारूपी निरर्थक गोष्टी (प्रापंचिक आकर्षणे) सोडून देऊन चैतन्यरूपी परिसाची संगत धरा व सोन्यासारखे भक्तांचे सेवक बना.

– सरश्री

अनुक्रम

खंड १
जन्म व अबोध भक्तिलीला

अध्याय १

जन्माचे कारण

झानाचा (कृष्ण) भक्ती (राधा) भावातील अवतार

एकदा किशोरवयीन कृष्ण एका शिळेवर बसून बासरी वाजवण्यात दंग होऊन गेले होते. बासरी वाजवत असतानाच त्यांची नजर शिळेवर पडलेल्या सावलीकडे गेली. ती विलक्षण सावली पाहून त्यांना आश्चर्य वाटले. ते मोहून गेले. त्या सावलीत त्यांना एक रूपवान बालक दृष्टीस पडले. त्याच्या प्रसन्न हास्याने त्यांचे मन मोहित झाले. त्या बालकाच्या चेहऱ्यावरचे तेज अनेक सूर्यांच्या तेजाला जणू मागे टाकत होते. जगातील सुंदरातल्या सुंदर गोष्टीसुद्धा फिक्या वाटतील असे त्याचे सौंदर्य होते. अशी अतिशय मनमोहक छबी पाहून कृष्ण आश्चर्यचकित झाले. त्यांच्या मनात अनेक प्रश्न निर्माण झाले, 'ही कोणाची प्रतिमा आहे? असे रूप प्रत्यक्ष तर सोडाच पण कधी कल्पनेतसुद्धा पाहिलेलं नाही.'

त्याचवेळी तिथून काही गोप-गोपिका जात होत्या. श्रीकृष्णांनी त्यांना जवळ बोलावले व ती प्रतिमा दाखवून म्हणाले, "बघा किती रूपवान, तेजस्वी प्रतिमा आहे. कोणाची आहे कळत नाही. ही इथे कशी दिसत आहे?"

गोपिकांनी एकदा कृष्णाच्या मुखाकडे तर एकदा त्या मोहून टाकणाऱ्या प्रतिमेकडे पाहिले व त्या हसू लागल्या. कृष्णाला काही समजेना. हसत-हसत गोपिका म्हणाल्या, "ईश्वर होण्याचे फायदे आहेत पण त्यामध्ये नुकसानही खूप आहे."

उत्सुकतेने कृष्णाने विचारले, "काय नुकसान आहे?"

गोपिका म्हणाल्या, "हेच नुकसान आहे प्रभू की ईश्वराच्या या अनुपम रूपाचे दर्शन भक्त घेऊ शकतो पण ईश्वर कधी घेऊ शकत नाही. ही प्रतिमा म्हणजे तुमचेच रूप आहे. आम्ही तुम्हाला जसे या रूपात पाहू शकतो तसे तुम्ही स्वतःला या रूपात पाहू शकत नाही. तुमचं हे रूप आम्ही आमच्या हृदयात साठवून ठेवलं आहे. त्याच्या दर्शनाने आम्ही प्रत्येक वेळी आनंदित होतो. कधीही स्वतःच्या अंतःकरणात डोकावून आम्ही दर्शन घेऊ शकतो. योगायोगाने आज तुम्हाला या रूपाचे दर्शन झाले. पण आम्ही जसा या दर्शनाचा आनंद घेतो, तसा तुम्ही घेऊ शकत नाही. कारण तुमची दृष्टी, तुमचे मन भक्ताचे नाही तर ईश्वराचे आहे. भक्त होऊनच ईश्वराच्या मनोहर रूपाचे अमृत प्राशन करता येते, ईश्वर होऊन नाही."

गोपिकांचे बोल ऐकून कृष्ण विचारात पडले. स्वतःच्या उच्चतम स्वरूपाचा अनुभव घेण्याची व तोही एका भक्ताच्या दृष्टिकोनातून घेण्याची उत्कंठा त्यांच्या मनात निर्माण झाली. ते गोपिकांना विचारू लागले, "तुम्हीच मला एखादा मार्ग सांगा. मी तो अनुभव कसा घेऊ शकेन?" त्यावर गोपिका उत्तरल्या, "खरंच जर तुम्हाला या प्रतिमेच्या स्वरूपाचे माधुर्य चाखायचे असेल तर ईश्वराच्या पदाचा त्याग करून तुम्हाला आधी भक्त बनावे लागेल. ईश्वराच्या रूपात राहून तुम्ही हे अपूर्व सुख कधी घेऊ शकणार नाही."

हे ऐकून कृष्णाने कोणत्या भक्ताची स्थिती सर्वोच्च आहे याचा शोध घेतला. त्यावर लक्षात आले, की राधेची भक्ती उच्चतम स्वरूपाची आहे. तिची कृष्णभक्ती अतुलनीय आहे. मग श्रीकृष्णांनी निश्चय केला, की एका युगात ते राधेचा भाव धारण करून अवतार घेतील व ईश्वरीय प्रेमाच्या सुखाची, त्याच्या आर्ततेची स्वतः अनुभूती घेतील व त्यानंतरच त्यांना शांती मिळेल. असे मानले जाते, की चैतन्य महाप्रभूंच्या रूपात जन्म घेऊन श्रीकृष्णांनी आपला निश्चय पूर्ण केला. आयुष्यभर ते राधेच्या भावदशेत राहिले व स्वतःच्या (कृष्णाच्या) प्रेमात दंग होऊन भक्तीचा आनंद घेत राहिले.

या संदर्भातील अजून एक गोष्ट प्रचलित आहे. एकदा राधाने कृष्णाजवळ तक्रार केली. म्हणाली, "कान्हा, मी तुझ्या प्रेमाने व्याकूळ होते. अशी तळमळ तू माझ्याबाबतीत कधी अनुभवली आहेस का? मी जसं तुझ्यावर प्रेम करते तसं तू कधी माझ्यावर केलंस का? गीतेमध्ये तू सांगितलं आहेस, की जो भक्त माझ्यावर

जसं प्रेम करतो तसं प्रेम मी त्याच्यावर करतो. या दृष्टिकोनातून बघितलं तर माझ्या मनात तुझ्याविषयी जे भाव आहेत तसेच भाव तू धारण करायला हवेस."

राधेचे बोलणे ऐकून श्रीकृष्णांनी संपूर्ण एक जीवन राधेचे भाव धारण करून जगण्याचे तिला वचन दिले. राधा ज्या प्रेमाचा, व्याकुळतेचा अनुभव घेते, त्याचा अनुभव स्वतः घेण्याचे आश्वासन दिले. अशा प्रकारे आपले वचन पूर्ण करण्याच्या हेतूने श्रीकृष्णाने गौरांग होऊन पृथ्वीवर जन्म घेतला.

चैतन्य महाप्रभू अतिशय सुंदर व गौरवर्णी होते म्हणून त्यांना 'गौरांग' असे संबोधले जाते. त्यांनी श्रीकृष्णाचे सौंदर्य व राधेचा गौरवर्ण घेतला होता. म्हणून चैतन्य महाप्रभूंना राधा-कृष्णाचा युगुल अवतारही म्हटले जाते. त्यांचे शरीर कृष्णाचे होते पण आत्मा राधेचा होता.

कथांचे सार

या दोन्ही कथांचे सार लक्षात घेतले तर एक गोष्ट समोर येते, की चैतन्य महाप्रभूंच्या रूपात प्रत्यक्ष ईश्वराने भक्ताच्या रूपात जन्म घेतला. स्वतःची स्तुती करण्याचा, स्वतःवर प्रेम करण्याचा, स्वतःला शोधण्याचा व स्वतःला प्राप्त करून घेण्याचा हाच एक मार्ग होता. भक्तीचे सुख ईश्वराला कसे समजणार? एक भक्तच या सुखाचा अनुभव घेऊ शकतो. गोष्टीरूपाने हेच मर्म उलगडून दाखवले आहे. उदाहरणाद्वारे हे समजून घेऊ. समजा, एक माणूस मोठ्या आनंदाने पान खात त्या रसाचा आस्वाद घेत आहे. त्याच्याबरोबर त्याचा एक मित्र आहे. त्याने कधी पानाचा स्वाद घेतलेला नाही. तो त्याला विचारतो, "कसं लागतंय पान? तुला एवढा कसा आनंद होतोय?" पान खाणारा पानाच्या स्वादाचे वर्णन करतो परंतु त्याच्या मित्राच्या काही लक्षात येत नाही. त्यावर तो म्हणतो, "तू पान खाऊन त्याचा आस्वाद का घेत नाहीस?"

बास! हीच गोष्ट भक्तीचीसुद्धा आहे. भक्तीचे सुख भक्त होऊनच घेता येते.

•••

अध्याय २

महाप्रभूंमध्ये राधेची भावदशा

प्रेम व वियोगाची लीला

चैतन्य महाप्रभूंचे व्यक्तिमत्त्व दोन अत्युच्च भावनांनी तयार झाले होते. एक प्रेमभाव व दुसरा विरहभाव. ज्या गोष्टीवर अथवा माणसावर आपण खूप प्रेम करतो, त्याच्या सान्निध्यात असताना आपल्याला आनंद होतो. त्याच्यासमोर इतर सर्व गोष्टी फिक्या वाटतात. त्याच्यापासून दूर गेलो तर विरहभावना जागते. त्याच्या विरहाने मनाची तडफड होते. मन त्याला भेटण्यासाठी व्याकूळ होते. त्याच्याकडे जाण्याची मनात ओढ निर्माण होते.

चैतन्य महाप्रभूंनी कृष्णरूपातील ईश्वरावर प्रेम केले. त्याच्याशी एकरूप होईपर्यंत ते विरह वेदनेने व्याकूळ झाले होते, जणू ते राधा बनले होते. वास्तविक कृष्ण म्हणजे दुसरा कोणी नसून आपल्या अंतःकरणात सतत वास करत असलेला सेल्फ आहे. त्याला ईश्वर, परमचैतन्य असेही म्हटले जाते. तो आपल्या अंतरंगात नेहमीच प्रकाशमान असतो. आपले भाव, विचार, कार्य त्याच्याशी जोडले गेले की त्याला भक्त म्हणतात.

खऱ्या भक्ताची अवस्था अशीच असते. भक्तीत दंग असताना तो खूप आनंदात असतो. कोणत्याही कारणाने त्या अवस्थेपासून दूर झाला तर विरहवेदनेने तो व्याकूळ होतो. भक्तिपूर्ण अवस्थेत वारंवार राहण्यासाठी त्याचे मन ओढ घेते. आता तुम्ही स्वतःच्या मनाला विचारा, की तुमची प्रेमाची अवस्था कशी आहे?

प्रेमाचा अभाव असेल तर विरहावस्था कशी आहे? तुम्ही कोणत्या प्रकारचे भक्त आहात?

काही भक्त असे असतात, की त्यांना जेव्हा एखादे कर्मकांड करायला सांगितले जाते, तेव्हा ते नाइलाजाने करतात. एखाद्याला सांगितले, की 'तू रोज इतक्या माळा नामस्मरण करायचे आहे, अमुक-अमुक पोथी वाचायची आहे' तर तो नियमाला बांधील राहून भक्ती करतो. पूजा-पाठ संपताच त्याला हायसे वाटते. एखादे काम पूर्ण झाल्याची भावना त्याच्या मनात निर्माण होते. त्याची भक्ती जबरदस्तीने केलेले कर्तव्य असते. त्याचे मन मायेतच गुंतलेले असते. कधी एकदा पोथी, प्रार्थना पूर्ण होते व इथून आपली सुटका होते असे त्याला वाटत असते. त्याच्या मनावर मायेचा पगडा इतका घट्ट असतो, की त्याच्या मनात उलटी विरहवेदना असते म्हणजे मायेच्या प्रेमापोटी तो ईश्वरापासून पळ काढतो.

उलट इतर काही भक्त असतात. ईश्वराच्या प्रेमासाठी ते भक्ती करतात. ईश्वराचा विरह त्यांना सहन होत नाही. भक्ती करणे म्हणजे ध्यान-धारणा करणे, भजन गाणे नाही. एखादे काम करत असताना ईश्वराशी अनुसंधान असले तर ते कामसुद्धा भक्तीच आहे. शबरी अंतरंगातील रूपाशी एकरूप होऊन फुले तोडणे, स्वयंपाक करणे इत्यादी कामे करत होती. त्यामुळे तिची सर्व कार्ये भक्तिमयच होती. संत रोहिदास जोडे बनवताना ईश्वरभक्तीत दंग होत होते.

तुमच्या अंतरंगात भक्तीची, प्रेमाची कोणती अवस्था आहे यावर मनन करा. ईश्वराचे (सेल्फ) प्रेम जाणवते का? त्याच्याशी एकरूप झाल्यासारखे वाटते का? त्याच्याशी ताळमेळ जुळतो का? जेव्हा तुम्ही मायेच्या प्रभावाखाली असता, तेव्हा ईश्वराचा विरह जाणवतो का? ईश्वरासाठी विरहवेदना जागते का? जर जाणवत असेल तर हाच विरह तुम्हाला परत ईश्वराकडे घेऊन जाईल, ईश्वराशी योग जुळवून आणेल. म्हणून प्रेमाइतकेच वियोगाचेही महत्त्व आहे, पण जर वियोग जाणवत नसेल तर ईश्वराकडे जाण्याची शक्यता अगदी कमी असते.

निसर्गतःच माणसाच्या अंतरंगात ती व्यवस्था केलेली आहे. ईश्वरापासून दूर होताच शांतता व आनंदाची कमतरता जाणवते; परंतु माणूस या विरहभावनेवर काहीतरी टांगतो व ती दाबून टाकतो. घरामध्ये, भिंतीवर, दरवाजामागे असलेल्या हुकांवर ज्याप्रमाणे एकावर एक कपडे टांगून ठेवले जातात, त्याप्रमाणे विरहभावनाही झाकून ठेवली जाते. एकावर एक अनेक कपडे टांगले गेल्यामुळे जसा सर्वांत खालचा कपडा दिसत नाही तशी विरहभावनाही जाणवत नाही.

अशा प्रकारे आपणही पृथ्वीवर जन्म घेऊन पृथ्वीवर येण्याचा मूळ उद्देश विसरून जातो. अंतःकरणातील कृष्णावर प्रेम करण्यासाठी त्याच्यापासून दूर होताच विरहवेदना अनुभवण्यासाठी आपण इथे आलो आहोत. भक्तीच्या नशेत, भक्तीच्या सर्वोच्च पातळीवर पोहोचून ईश्वर प्राप्त करण्यासाठी आपण आलो आहोत. पण हे सर्व विसरून आपण त्या मूळ उद्दिष्टावर आपल्या खूप इच्छा व वृत्ती टांगून ठेवल्या आहेत.

आपण वेगवेगळ्या गोष्टींमध्ये अडकून पडलो आहोत. एखादा म्हणतो, की 'मला करोडपती व्हायचे आहे' व ही इच्छा टांगून ठेवून तो त्याच्यामागे आयुष्यभर धावत राहतो. ईश्वरापासून वेगळे होऊन विरहवेदना अनुभवण्याची प्रतिज्ञा केल्याचे तो साफ विसरून जातो.

एखाद्याला जगप्रवास करण्यासाठी इच्छा असते. कोणाला वेगवेगळे गड चढण्याची तर कोणाला चित्रपटातील नटाप्रमाणे नट होण्याची इच्छा असते. अशा प्रकारे मूळ भावनेवर वेगवेगळे थर जमा होऊ लागतात. जर हे थर लक्षात आले, तर खूप मोठी कृपा झाली असे समजा. मूळ उद्दिष्टावर जमा झालेले थर समजून घ्या व हळूहळू ते दूर करून मूळ उद्दिष्टावर परत या. चैतन्य महाप्रभूंनी असेच केले. त्यांनी ईश्वरावर प्रेम केले व प्रेमापासून दूर झाल्यावर विरहवेदना अनुभवली. त्यांच्या शरीराद्वारे राधेला दिलेले वचन पूर्ण झाले.

●●●

अध्याय ३
निमाई बालकाची जन्मकथा

हरिनामावर जन्मजात प्रेम

चैतन्य महाप्रभू भक्तीचा परीस होते. लोकांकडून हरिनामाचे कीर्तन करवून घेण्यासाठीच जणू त्यांचा जन्म झाला होता. मोठमोठे भक्त, संत लोकांना शिकवण देऊन ईश्वराचे नामस्मरण करण्यासाठी प्रवृत्त करतात. पण या लहानग्या बालकाने हे काम कसे केले असेल? आश्चर्य वाटले ना? चैतन्य महाप्रभूंनी आपल्या बालसुलभ रडण्याने हे काम केले. त्यांचे रडणे हे लोकांसाठी नामस्मरणाचे माध्यम ठरले. अशा या अलौकिक निमाईबालकाच्या जन्माची व त्याच्या रडण्याची कथा वाचू.

बंगालमध्ये नवद्वीप (ज्याचे सध्याचे नाव नदिया आहे) नावाचे शहर होते. ही चैतन्य महाप्रभूंची पवित्र जन्मभूमी आहे. त्यांचा जन्म[1] इ.स. १४८६ रोजी फाल्गुन पौर्णिमेला झाला. तो होळीचा शुभ दिवस होता. त्यांच्या वडिलांचे नाव जगन्नाथ मिश्र होते. ते मूळचे सिल्हट गावचे रहिवासी होते व शिक्षणासाठी नवद्वीप शहरात आले होते. नंतर ते तिथेच स्थायिक झाले. कालांतराने त्यांचा विवाह नवद्वीपमधील उत्तम पंडित व ज्योतिषाचार्य असणाऱ्या नीलांबर चक्रवर्तींची मुलगी शचिदेवी यांच्याशी झाला.

---

[1] चैतन्य महाप्रभूंच्या जीवनावर आधारित अनेक ग्रंथ आजमितीला प्रकाशित झाले आहेत. त्यानुसार त्यांच्या जन्मतिथीच्याबाबत काही मतभेद आहेत. वाचकांना नम्र विनंती आहे, की यामध्ये न अडकता त्यांनी प्रसारित केलेल्या ज्ञानावर आपले लक्ष केंद्रित करावे.

पंडित जगन्नाथ मिश्र व शचिदेवी यांना एका पाठोपाठ एक अशा आठ मुली झाल्या पण त्यातली एकही वाचली नाही. त्यानंतर त्यांना एक मुलगा झाला. ईश्वरीय कृपेच्या छत्राखाली तो हळूहळू मोठा होऊ लागला. त्याचे नाव 'विश्वरूप' ठेवले गेले. आठ मुलींच्या मृत्यूनंतर पुत्रलाभ झाल्याने ईश्वरभक्त असलेल्या दांपत्याला खूप आनंद झाला. विश्वरूप दहा वर्षांचा झाल्यावर त्यांना अजून एक पुत्र झाला. आई-वडिलांच्या आनंदाला पारावर उरला नाही. म्हातारपणीची काठी मिळाली म्हणून दोघेही समाधानी होते. या बालकाच्या जन्माविषयी अजून एक गोष्ट प्रचलित आहे, की ते बालक नऊ महिन्यांऐवजी तेरा महिने आईच्या पोटात राहिले. हे बालक म्हणजेच महान कृष्णभक्त चैतन्य महाप्रभू होते. बालकाचे नाव 'विश्वंभर' ठेवले गेले. पुढे ते विश्वाचे अंबर (आकाश) ठरले. आई-वडील लाडाने त्यांना 'निमाई' म्हणत. कारण त्यांचा जन्म कडुलिंबाच्या झाडाखाली झाला होता.

लहानपणापासूनच निमाईमध्ये अद्भुत गुण दिसून येत होते. उदाहरणार्थ, गर्भावस्थेतील कालावधी व त्या वयाच्या इतर मुलांपेक्षा थोडा मोठा बांधा. त्यांचे रंग-रूप इतके मनमोहक होते, की लोक त्यांच्याकडे बघतच राहत. अतिशय गोरागोमटा असा दिव्य बालक जेव्हा घराच्या अंगणात रांगत असे, तेव्हा त्याच्या आई-वडिलांचा आनंद गगनात मावत नसे. छोट्या निमाईला[३] पाळण्यात झोपवून आई स्वयंपाकघरात काम करत असे. अधून-मधून बाळाकडे लक्ष ठेवत असे. कित्येकदा गाढ निद्रेत असणाऱ्या बालकाचा चेहरा तेजःपुंज दिसत असे.

हे पाहून आईला वाटे, की तिच्या बाळावर कोणी जादूटोणा तर करत नाही ना? दिसायला तो खूप सुंदर असल्याने त्याला कोणाची दृष्ट तर लागणार नाही ना, अशी तिच्या मनात सतत शंका येत असे. हे पाहून निमाईचे वडील हसून तिला समजावत, "मी याचे ज्योतिष जाणले आहे. तो एक दिव्य बालक आहे. त्याच्या मस्तकावर साक्षात ईश्वराचा हात आहे. त्याच्यावर कोणीही जादू-टोणा करू शकत नाही." हे ऐकल्यावर आईचे मन शांत होत असे.

छोट्या निमाईचे आभामंडल इतके आनंदित करणारे होते, की आजूबाजूला राहणारे स्त्री-पुरुष त्याच्याशी खेळायला येत. सर्वजण त्याला मांडीवर घेत, त्याच्याशी खेळत, त्याचे लाड करत. हे करण्यामध्ये त्यांना अपार आनंद मिळत असे.

---

[३] निमाई = विश्वंभर

तसे पाहिले तर लोकांना त्यांची जन्मकथा व श्रीकृष्णाची जन्मकथा यांत साम्य वाटत होते. श्रीकृष्णाचा जन्म होण्यापूर्वी देवकीची सातही बालके मरण पावली होती. नंतर श्रीकृष्णाचा जन्म झाला होता. तसेच श्रीकृष्णालाही मोठा भाऊ होता – बलराम.

चैतन्य महाप्रभूंनाही एक मोठा भाऊ होता – विश्वरूप. त्यांचे रूप, गुण सर्वांना संमोहित करत होते. खरं तर सर्वच लहान मुलांमध्ये हे गुण दिसून येतात. लहान मुलांमध्ये ईश्वराचेच रूप दिसून येते. कारण त्यांचे मन निर्मळ असते. त्यामुळे लहान मुले सर्वांच्या आकर्षणाचे केंद्रबिंदू असतात. छोटे निमाईसुद्धा याला अपवाद नव्हते.

हरिनाम कीर्तनाचा प्रभाव

निमाई लहानपणापासूनच हट्टी स्वभावाचे होते. एखादी गोष्ट मनात आली, की ती ते पूर्ण करत होते. मग त्यासाठी कितीही आरडाओरडा करावा लागला, रडावे लागले तरी चालेल, असा त्यांचा स्वभाव होता. घरात सर्वांत लहान असल्याने त्यांचे खूप लाड होत होते. अशी मुले हट्टी होणे स्वाभाविकच होते. परंतु निमाई कधी-कधी विनाकारण इतके चिडत, की प्रयत्न करूनही ते शांत होत नसत.

एकदा निमाई खूप रडत होते. त्यांच्या आईने त्यांना शांत करण्याचा आटोकाट प्रयत्न केला. तरीही त्यांचे रडणे थांबेना. शेवटी त्यांचे रडू थांबावे यासाठी आई हरिभजन म्हणू लागली. तेव्हा मोठे आश्चर्य घडले. निमाई रडायचे थांबले व आईच्या चेहऱ्याकडे बघत शांतपणे भजन ऐकू लागले. त्यांचा चेहरा प्रसन्न दिसू लागला.

त्या दिवसानंतर मात्र त्यांच्या आईला जणू त्यांना शांत करण्यासाठी एक प्रभावी अस्त्र सापडले. जेव्हा जेव्हा त्यांचे रडणे सुरू होई, तेव्हा तेव्हा आई भजन गाऊ लागे व बघता बघता ते शांत व आनंदी होऊ लागत. जणू काही त्यांना जे हवे आहे तेच त्यांना मिळत असे. हरिभजनाने आनंदित होणाऱ्या मुलाकडे पाहून त्यांच्या वडिलांना समाधान होई. आपला मुलगा जन्मजात हरिप्रेमाचा भुकेला आहे, हे पाहून त्यांना प्रसन्न वाटे. हळूहळू ही गोष्ट सगळीकडे पसरली. आता ही गोष्ट लोकांच्या मनोरंजनाचे साधन बनली. जेव्हा निमाई रडू लागे, लोक हरीचे भजन गाऊ लागत. निमाई लगेच शांत होऊन हसू लागे. हे पाहून लोकांनाही हसू येई. असा रडण्या-हसण्याचा खेळ वारंवार होऊ लागला.

अशा प्रकारे चैतन्य महाप्रभूंचे पाय पाळण्यातच दिसू लागले होते. ते हरिभक्त आहेत व भक्तिमार्गावरून जाणार आहेत, हे त्यांनी लहानपणीच दाखवून दिले.

माणूस आपल्या प्रवृत्ती, एखाद्या गोष्टीकडे असणारा कल स्वतःबरोबर संस्कारांच्या रूपात घेऊन येतो हे या प्रसंगावरून स्पष्ट होते. असे असले तरी योग्य वातावरण मिळाले तरच ते संस्कार सहजपणे फलित होतात. निमाई याबाबतीत नशीबवान होते. कारण त्यांच्या घरात मुळातच भक्तिमय वातावरण होते. त्यांचे वडील ज्ञानी पंडित होते तर आई हरिभक्त होती. त्यांचा मोठा भाऊ विश्वरूप यांचाही ईश्वरभक्तीकडेच कल होता. म्हणून त्यांनी लहान वयातच संन्यास घेतला होता.

या गोष्टीचा एक दुसरा पैलूही आहे. हरिनामाचे उच्चारण करून आपण निमाईला शांत करत आहोत, असे लोकांना वाटे, पण याच्या उलट होत होते. रडण्याचा बहाणा करून निमाई लोकांकडून नामस्मरण करून घेत होते. ही एक ईश्वरलीला होती. लोकांनी नामस्मरण करावे ही त्यामागची लीला होती. परिसाने जन्म घेतला होता व आपल्या आजूबाजूला असणाऱ्या लोकांना भक्त बनवण्याचे काम त्यांनी सुरू केले होते.

सहजपणे सत्याची निवड

छोट्या निमाईच्या बाललीलेची अजून एक गोष्ट आहे. त्यांचे वडील विश्वनाथ मिश्र यांना उत्सुकता वाटली, की आपला मुलगा मोठा झाल्यावर कोण होणार आहे. वास्तविक त्यांनी त्यांच्या ज्योतिष ज्ञानाने जाणून घेतले होते, की तो एक दिव्यात्मा आहे व सत्याच्या मार्गावरून पुढे जाणार आहे. तरीसुद्धा खात्री करून घेण्यासाठी त्यांनी एक खेळ खेळला. मुलाचा कल जाणून घेण्याच्या उद्देशाने त्यांनी निमाईसमोर खेळणी, पैसे व भगवद्गीता ठेवली व ते मुलाला म्हटले, "तुला यांतले जे पाहिजे ते घे." ज्याचे आकर्षण वाटते ती गोष्ट मुलगा उचलेल असे त्यांना वाटत होते. छोट्या निमाईने वडिलांना निराश केले नाही. त्यांनी पटकन भगवद्गीता उचलली. आपला मुलगा पुढे कृष्णभक्त होऊन सत्याच्या मार्गावरून जाणार याची त्यांना खात्री पटली. आपला विश्वास खरा ठरणार या गोष्टीमुळे ते आनंदित झाले.

ही घटनासुद्धा छोट्या निमाईचा सत्याकडे असणारा कल दर्शवते. त्यांच्या वडिलांना नियतीकडून आलेला हा एक संकेतही असू शकतो. कोणताही अडथळा न आणता निमाईला भक्तिमार्गाकडे प्रवृत्त करण्यासाठी नियतीने त्यांच्या वडिलांना

सहयोगी भूमिका निभावण्याचा संकेत दिला होता. नियती सर्वांच्या बाबतीत त्यांच्या दिव्य योजनेनुसार वेगवेगळ्या माध्यमांद्वारे संकेत देतच असते. सर्वतोपरी त्यांना मदत करण्याचा प्रयत्न करत असते. काही लोक खुल्या मनाने, ग्रहणशील होऊन ते संकेत पकडू शकतात व त्यानुसार मार्गक्रमण करतात; परंतु बरेच जण याकडे दुर्लक्ष करून स्वतःची मनमानी करत राहतात.

एखादे काम करत असताना तुम्हाला अचानक अंतर्मनातून मार्गदर्शन होत असल्याचे कधीतरी जाणवले असेल. ते काम करावे की नाही याकडे अंतर्मन निर्देश करत असते. याला अंतर्ज्ञान (Intution) असे म्हणतात. हा आपल्या अंतर्मनात दडलेल्या स्रोताकडून (कृष्णचेतना) आलेला आवाज असतो व तो योग्य असतो. या आवाजाप्रति जर ग्रहणशीलता वाढवली व त्यानुसार आपले वर्तन ठेवले तर आपले जीवन सुखी, यशस्वी व समाधानी होईल. नाहीतर ते सतत संघर्षाने भरलेले असेल.

•••

अध्याय ४

'सर्वांभूती परमेश्वरा'ची शिकवण

निमाईचे प्रसाद उष्टावणे

एके दिवशी एक ब्राह्मण पंडित जगन्नाथ मिश्रा यांच्या घरी आला. त्यांनी ब्राह्मणाचे चांगले आदरातिथ्य केले. ते इतरांनी शिजवलेले अन्न ग्रहण करत नसे. ते स्वतः स्वयंपाक करून त्याचा नैवेद्य ईश्वराला दाखवून मगच तो अन्नग्रहण करत असत. म्हणून शचिदेवींनी त्याला स्वयंपाकासाठी लागणारी सर्व सामग्री काढून दिली व स्वयंपाकघर त्याच्या हवाली केले.

ब्राह्मणाने स्वयंपाकघर धुऊन स्वच्छ केले व मनापासून भोजन तयार केले. विष्णूला नैवेद्य दाखवण्यासाठी त्याने डोळे बंद केले व प्रार्थना करू लागला. तेवढ्यात छोटा निमाई तेथे आला व नैवेद्याच्या ताटातील अन्न खाऊ लागला. ते पाहून ब्राह्मण रागावून ओरडू लागला, "अरे, या मुलाने तर नैवेद्य उष्टा केला. आता भगवान विष्णू असा उष्टा झालेला प्रसाद कसा स्वीकारतील?" ब्राह्मणाच्या ओरडण्याचा आवाज ऐकून निमाईचे आई-वडील लगेच धावत आले. आईने निमाईला उचलून घेतले व त्याला ती रागावू लागली. हे पाहून ब्राह्मणाचा निमाईवरचा राग कमी झाला.

आई-वडिलांनी निष्पाप बालकाच्या हातून घडलेल्या चुकीबद्दल ब्राह्मणाची क्षमा मागितली व पुन्हा दुसरा नैवेद्य तयार करण्याचा आग्रह केला. ब्राह्मणाने पुन्हा स्वयंपाक केला. या वेळी आईने निमाईला दुसऱ्या खोलीत दोरीने बांधून ठेवले,

परंतु नैवेद्य दाखवताना पुन्हा तीच घटना घडली. दोरी सोडून निमाई तेथे गेले व पुन्हा ते ताटातील नैवेद्य खाऊ लागले. हे पाहून निमाईचे वडील खूपच रागावले व निमाईंना मारण्यासाठी पुढे सरसावले; परंतु ब्राह्मणाने त्यांना थांबवले. आई-वडिलांनी पुन्हा एकदा ब्राह्मणाची क्षमा मागून परत नैवेद्य तयार करण्याची विनंती केली. ब्राह्मणाने त्यांच्या विनंतीला मान देऊन पुन्हा स्वयंपाक करण्याची तयारी दर्शवली.

या वेळी आईने निमाईंना दोरीने बांधून स्वतःजवळ बसवले. असे सांगितले जाते, की जेव्हा ब्राह्मणाने स्वयंपाक करून नैवेद्य देवासमोर ठेवला तेव्हा प्रत्यक्ष देव चतुर्भुज रूपात त्याच्यासमोर आले व तक्रार करू लागले, की "तू मला दोनदा नैवेद्य दाखवला व मी लहान मुलाच्या रूपात तो ग्रहण करण्यासाठी आलो पण तू मला प्रसाद खाऊ न देता उलट हाकलून दिलेस." हे ऐकून ब्राह्मण अवाक् झाला. त्याने देवासमोर लोटांगण घातले व क्षमा मागू लागला. त्याला खूप पश्चात्ताप होत होता.

हे पाहून भगवान विष्णू म्हणाले, "ठीक आहे. मला ओळखण्यात मोठमोठे संत, महात्मा यांच्याकडूनही चूक होते. आता मी तुझ्यासमोर उभा आहे. तुला जे हवं आहे ते तू माग." ईश्वरकृपेने ब्राह्मण सद्गदित झाला. तो विनयाने म्हणाला, "मला फक्त एक वर द्या की तुमचे मनोहर रूप सतत माझ्या हृदयात विराजमान राहो व सर्वांमध्ये मला त्या रूपाचे दर्शन होवो."

भगवान विष्णू म्हणाले, "ठीक आहे. असेच होईल." ईश्वर दर्शनाने प्रभावित झालेल्या ब्राह्मणाने नैवेद्याच्या ताटातील प्रसाद ग्रहण केला व निमाईला बघण्यासाठी गेला परंतु तोपर्यंत निमाई गाढ झोपले होते. ब्राह्मणाने त्यांना मनापासून नमस्कार केला व त्याने तिथून प्रस्थान केले.

प्रत्येक जीवात चैतन्याचे दर्शन

वरील गोष्टीमध्ये एक महत्त्वाचा संदेश आहे. बाह्य शुद्धतेपेक्षा आंतरिक शुद्धता खूप महत्त्वाची आहे. संत रविदासांनी म्हटले आहे, 'मन चंगा तो कठौती में बहे गंगा.' म्हणजे मन पवित्र असेल तर सर्व तीर्थे तिथेच आहेत. तो ब्राह्मण बाह्य गोष्टीत शुद्धता पाळत होता. इतरांनी बनवलेले अन्नदेखील तो ग्रहण करत नव्हता. म्हणजे त्याला स्वतःखेरीज इतरांवर विश्वास नव्हता. स्वतःच्या मनाप्रमाणे तो स्वयंपाकघर शुद्ध करून मगच स्वयंपाक करत होता व देवाला नैवेद्य दाखवत होता.

या सर्व क्रियांमध्ये त्यांची शुद्धता व भक्ती बाह्य स्तरावर चांगली होत होती पण त्याने अजून ईश्वराला ओळखले नव्हते. म्हणून त्याला विष्णूच्या मूर्तीत ईश्वर दिसत होता पण छोट्या निमाईत दिसत नव्हता. वास्तविक हे परमसत्य सर्व वेदशास्त्रांमध्ये वारंवार सांगितले गेले आहे. संपूर्ण ब्रह्मांडात ईश्वरच एकमेव तत्त्व आहे, त्याच्याशिवाय दुसरा कोणीही नाही. जे जीव दृष्टीला दिसतात, ज्या मूळ गोष्टी आहेत, त्या याच एकमेव तत्त्वाचे घनीभूत रूप आहेत. हे ज्ञान जर आपल्या विचारांत व आचरणात आणले असते, तर ब्राह्मणाला निमाईच्या आई-वडिलांनी तयार केलेले जेवण ग्रहण करण्यात कोणतीही अडचण नव्हती. ईश्वर स्वतः जेवण तयार करून आपल्याला वाढत आहे, या भावनेने प्रभावित होऊन त्याने प्रसाद ग्रहण करण्यास काहीही हरकत नव्हती.

निमाईंनी प्रसाद उष्टावला तेव्हा जर ब्राह्मणाचे असे विचार असते तर त्याला जास्त आनंद झाला असता. ईश्वराने आईच्या रूपात येऊन भोजन तयार केले. ईश्वराने बालरूपात येऊन त्याचे सेवन केले ही सामान्य घटनासुद्धा त्याला असीम आनंद मिळवून देण्यास कारणीभूत ठरली असती.

प्रस्तुत प्रसंगात भगवान विष्णूच्या माध्यमातून हेच परमसत्य ब्राह्मणाला समजावून सांगितले आहे. तुम्हीसुद्धा हा बोध घ्या. कित्येक घरांमध्ये आजही धार्मिक कार्यक्रमात, पूजा-पाठ करत असताना अशा लहान-सहान गोष्टींवरून वितंडवाद होतात व निष्कारण ताणतणाव व क्लेश निर्माण होतो. मुलांनी प्रसाद उष्टा केला, वेळेवर पूजेचे साहित्य मिळाले नाही, पूजा सुरू असताना अचानक समई विझली, उपवासाच्या दिवशी चुकून काही खाल्ले गेले तर निष्कारण त्रास होतो. ईश्वरभक्ती सोडून या वायफळ गोष्टींची भीती वाटून तणाव निर्माण होतो. अशा अनेक धारणा, समजुती व कर्मकांडे यांच्यावर प्रस्तुत गोष्ट प्रहार करते, ईश्वर व ईश्वरीय रचना यांतील फरक स्पष्ट करून सांगते.

ईश्वरदर्शन ही आंतरिक घटना आहे

भगवान विष्णूने ब्राह्मणाला प्रत्यक्ष दर्शन दिले असे गोष्टीत सांगितले आहे. हे वाचून लोकांना चमत्कार घडला असे वाटते व ते या गोष्टी सत्य आहेत असे मानतात. अनेक चित्रपटांमध्ये, टिव्हीवरील मालिकांमध्ये अशी दृश्ये दाखवली जातात. त्यामुळे अंधभक्ती करणाऱ्या लोकांना हे खरे वाटते तर तार्किक बुद्धी असणारे लोक यावर विश्वास ठेवत नाहीत. पण खरं तर दोन्ही गोष्टी चुकीच्या आहेत.

वास्तविक ही गोष्ट सांकेतिक आहे. ईश्वर कधीही प्रत्यक्षात दर्शन देत नाही, तर ही एक आंतरिक अनुभूती आहे. गोष्टीत सांगितल्याप्रमाणे ब्राह्मण तिसऱ्यांदा जेव्हा भक्तिभावाने ईश्वराला नैवेद्य दाखवत होता, तेव्हा त्याला सत्याची आंतरिक अनुभूती आली. ब्राह्मण त्या वेळी समाधी अवस्थेत होता. त्या अवस्थेत असताना त्याचा संपर्क स्रोताशी झाला. स्रोत म्हणजे आपल्या अंतरंगातील ईश्वराचे स्थान. याला तेजस्थान किंवा हृदयस्थानही म्हणू शकतो. हे काही भौतिक शारीरिक अंग नाही तर आपल्या अंतरंगात ईश्वरीय चेतना या ठिकाणी वास करते. या स्रोताशी संपर्क झाला तर ईश्वरीय मार्गदर्शन मिळते. ब्राह्मणाला समाधी अवस्थेत असताना अंतरंगातून ईश्वरीय मार्गदर्शन मिळाले व सर्वांभूती ईश्वर आहे हे ज्ञान प्राप्त झाले. म्हणून छोट्या निमाईतही त्यांना ईश्वराचे दर्शन घडले. अशा प्रकारे छोट्या निमाईने सहजपणे ब्राह्मणाच्या अंतर्यामी चैतन्य जागृत केले.

●●●

अध्याय ५

मी नाचतो, तू हरी बोल

परिसाचे नृत्याद्वारे प्रकटीकरण

परीस लोखंडाचे सोने बनवतो. निमाईंचे हेच काम सुरू होते. लहान असताना त्यांनी आपल्या रडण्याने लोकांकडून हरिभजन म्हणवून घेतले. थोडे मोठे झाल्यावर नृत्यातून हे कार्य सुरू केले. ते कृष्णाच्या बासरीप्रमाणे होते. बासरी होऊन त्यांना भक्तीचे प्रकटीकरण करायचे होते. याची सुरुवात लहानपणापासूनच झाली होती. त्यांच्या बालपणीचे असे सुंदर प्रसंग पाहू.

हरिभजनात मग्न असे निमाई

छोट्या निमाईंमध्ये ऊर्जेचे इतके भांडार होते, की त्यांना सांभाळणे त्यांच्या आईला कठीण वाटत होते. जेव्हा ते चालायला व पळायला लागले, तेव्हा तर त्यांना आवरणे अवघड होऊ लागले. कधी-कधी ते धावत धावत घराबाहेर निघून जात. अशा खोडकर मुलाकडे आईला सतत लक्ष द्यावे लागे. ते इतरांसाठी बालगोपाल होते. त्यांच्याकडे पाहून सर्वांना प्रसन्न वाटे. निमाईंचे हरिकीर्तनावरचे प्रेम सर्वांना माहीत झाले होते. त्यामुळे सगळे नेहमी त्यांची परीक्षा घेत. फावल्या वेळात गल्लीतील महिला त्यांना पाहून स्वतःच्या मनोरंजनासाठी भजने गाऊ लागत. भजने ऐकून छोटे निमाई लगेच आनंदाने उड्या मारत नाचण्यात मग्न होत. त्यांचे उत्साहाने नाचणे व चेहऱ्यावरचे प्रसन्न हास्य पाहून लोकांना खूप आनंद होत असे.

आता हे रोजच घडू लागले. जणू त्यांचा तो खेळच झाला. ते रोज निमाईंना बोलवत, त्यांना हरिनाम घ्यायला सांगून भजने म्हणत व भजने ऐकून निमाई तन्मयतेने नाचू लागत.

निमाईंचे नृत्य इतके विलोभनीय असे, की ते थांबूच नये असे लोकांना वाटत राही. त्यांचे नृत्य लोकांना खूप आनंद देत असे. नृत्य थांबू नये यासाठी लोक बराच वेळ कीर्तन करत. कारण जोपर्यंत कीर्तन चालू असे, तोपर्यंत निमाईंचे नृत्य सुरू राही. प्रत्येकजण एका वेगळ्याच आनंदाची अनुभूती घेऊ लागला. लोकांना कीर्तनाचा आनंद मिळे तर निमाईंना नाचण्याचा. आता परिसाचे काम निमाईंच्या जीवनात आकार घेऊ लागले.

निमाई मग्न होऊन नृत्य करत असत. आईने त्यांना थांबवण्याचा प्रयत्न केला तर त्यांना अधिकच स्फुरण चढत असे, हे पाहून आईचे मन धास्तावून जाई. शेवटी आईचेच हृदय ते! तिला निमाईंच्या तब्येतीची काळजी वाटू लागली. ती लोकांना समजावे, की 'लहान मुलाची अशी थट्टा करू नका. त्याला इतके नाचण्यास भाग पाडू नका. तो लहान आहे पण तुम्ही तर मोठे आहात ना? तुम्ही समजूतदारपणा दाखवा.' इतके सांगूनही ना निमाई ऐकायला तयार होते ना इतर लोक. असा अभूतपूर्व आनंद गमावण्यास कोणीही तयार नव्हते. तसंसुद्धा निमाईंची उपस्थिती, त्यांचे नृत्य याचे लोकांना इतके आकर्षण वाटू लागले होते, की ते त्यासाठी कीर्तन करत. नियती हे सर्व घडवत होती. लोकांना भजन, कीर्तन करायला लावून त्याचा आनंद लुटण्यासाठी निमाई आले होते.

लहानपणापासून निमाईंच्या भविष्याकडे संकेत करणारी ही ईश्वरलीला होती. निमाईंचे नृत्य हा उन्माद नसून ती एक सहज, स्वाभाविक भक्ती आहे हे त्यांच्या आईला समजले नाही. 'लोक काय म्हणतील?' या भीतीपोटी मोठे लोक आपल्या भावनांचा आवेग आवरतात; परंतु लहान मुलांच्या भावना वाहणाऱ्या नदीप्रमाणे असतात. निमाईंच्या आनंददायी, ऊर्जेने भारलेल्या अवस्थेला उन्माद म्हणू शकतो; परंतु तिला थांबवता येत नाही अथवा तिचे दमनही करता येत नाही. चैतन्य महाप्रभूंची अशी अवस्था हरिच्या नामस्मरणामुळे अबाधित राहिली.

शेजाऱ्यांनी निमाईंच्या आईची व्यथा जाणली. त्यांनी हा खेळ बंद केला. पण तो तर ईश्वराचा खेळ होता. तो कोण बंद करू शकणार? आई कोणा-कोणाला समजावणार? निमाईंची लीला संपूर्ण गावाला समजली होती. त्यांचा जन्मच मुळी भक्तीत तल्लीन होऊन नाचण्यासाठी व इतरांना नाचवण्यासाठी झाला होता.

नाचणारा व नाचवणारा दोघेही ईश्वराच्या कठपुतळ्या आहेत

शेजाऱ्यांना वाटत होते, की आपण निमाईंना नृत्य करण्यास भाग पाडत आहोत, त्याच्याबरोबर खेळत आहोत. मात्र वास्तव वेगळेच होते. ईश्वर निमाईंना निमित्त बनवून त्यांच्याशी खेळत होता. लोकांच्या अंतरंगात दडलेला ईश्वरीय अनुभव, भक्ती ही कशीही करून बाहेर यायला हवी असे ईश्वराला वाटत असते. म्हणून ईश्वरच अशी योजना करत असतो.

सर्वांमध्ये अंतर्भूत असलेला स्वबोध, जिवंतपणाची जाणीव एकसारखी असते. त्यालाच ईश्वरीय अनुभव म्हणतात. प्रत्येक शरीराद्वारे ईश्वर माणसाला स्वतःच्या असण्याचा अनुभव करून देत असतो. मात्र माणूस आपल्या शरीराशी इतका लिप्त झाला आहे, की शरीरापासून अलिप्त होऊन स्वतःच्या अस्तित्वाची जाणीव त्याला होत नाही. माणूस स्वतःला शरीर समजून जीवन जगत राहतो. अशा वेळी ईश्वराला वाटते, की कोणीतरी त्याला जागे करावे. अंतरंगातून जाणीव होत नसेल तर बाह्यतः त्याला आठवण करून द्यावी. माणूस विसरला असेल, कोणीतरी एखाद्या रूपात येऊन त्याला स्मरण द्यावे, त्याच्याकडून ईश्वराला साद घातली जावी.

निमाई आपल्या बाल-सुलभ लीलांद्वारे ईश्वराचे हे काम जीवनभर करत राहिले. ही त्यांची 'आर'ची अवस्था होती. म्हणजे त्या अवस्थेत स्वानुभव असतो, पण त्याची समज नसते. त्या अवस्थेचे ज्ञान अजून झालेले नसते. तो एक सहज अनुभव असतो.

वयानुरूप ही 'आर'ची अवस्था हरवून जाते. कारण वयापरत्वे बुद्धी वाढते, लौकिक वाढतो. अशी अवस्था टिकून राहण्यासाठी एखाद्या भक्ताला संपूर्ण यात्रा करावी लागते. सुरुवातीला तो बुद्धीच्या साहाय्याने 'पास'ची अवस्था प्राप्त करतो. नंतर बुद्धीच्या पलीकडे जाऊन (बुद्धी समर्पित करून) 'पार'ची अवस्था प्राप्त करतो. जेव्हा एखादा भक्त बुद्धी समर्पित करून भक्ती करतो, तेव्हा अंतरंगातील ईश्वरीय अनुभव बाह्यतः प्रगट होऊ लागतो. नामस्मरण करून, ईश्वराला आर्ततेने साद घालून स्वानुभव (स्वबोध) घेणे हाच मूळ उद्देश आहे.

●●●

अध्याय ६

निमाईंच्या बाललीला

निर्मळ मन व समभाव दृष्टी

जे जिवंत आहे ते चैतन्य (सेल्फ) आहे, पण प्रत्येकाला हे माहीत नसते. माणूस सोडल्यास इतर सर्व जीवजंतू, प्राणिमात्र नैसर्गिक जीवन सहजपणे जगत असतात. फक्त माणूसच वेगळे विचार करू शकतो. ईश्वराने माणसाला विवेकबुद्धी व विचारशक्ती दिली आहे. या वैचारिक शक्तीमुळे त्याला चैतन्याची (जिवंत असण्याची) जाणीव होऊ शकते. लहान असताना माणूस इतर जीवांप्रमाणे सहज भावनेने जीवन जगतो. त्याच्या नजरेत भेदभाव नसतो. निमाईसुद्धा असेच होते. त्यांच्या बाल्यकाळातील काही रोचक प्रसंगांतून त्यांचे निर्मळ मन व समदृष्टी दिसून येते.

एकमवर सहज विश्वास

त्या काळी देशामध्ये स्पृश्य-अस्पृश्य, उच्च-नीच भेद मानले जात होते. वर्णव्यवस्थादेखील इतकी कट्टर होती, की प्राणांची पर्वा न करता त्याचे पालन केले जाई. वेगळ्या धर्माच्या लोकांच्या हातचे अन्न खाल्ले तर जातीतले लोक त्याच्यावर बहिष्कार टाकत होते. नियम खूप कठोर होते. नियमबाह्य वर्तन केल्यास कठोर प्रायश्चित्त घ्यावे लागत होते. वैष्णव व ब्राह्मण आपापल्या घरचे अन्न ग्रहण करत होते. एकमेकांच्या हातचे भोजन त्यांना चालत नसे. असे

कट्टर वातावरण असूनही निमाई मात्र ज्या घरात जे काही खायला मिळे, ते खात होते. जात-पात, स्पृश्य-अस्पृश्य अशा गोष्टी त्यांना समजत नव्हत्या; त्यांच्या दृष्टीने सर्वजण एकसारखे होते. शेजारी-पाजारी त्यांना प्रेमाने भरवत. एखादा त्यांना जर म्हणाला, "निमाई, तुम्ही ब्राह्मण असूनही इतरांच्या हातचे जेवण कसे घेता?" तर त्यावर हसून ते म्हणत, "मी बाळगोपाळ आहे. मी उच्च-नीच जाणत नाही. सर्वजण एकसारखे आहेत. माई, तू मला भरव. मी प्रेमाने तुझ्या हातचे खाईन."

निमाईंना जनावरांविषयी विशेष प्रेम वाटत असे. एकदा त्यांनी गल्लीतील कुत्र्याच्या पिल्लाला घरी आणले. पूजा-पाठ करणाऱ्या ब्राह्मणाच्या घरात कुत्र्याला आणल्यामुळे गोंधळ माजला. सर्वांनी त्यांना कुत्र्याला हात न लावण्याबाबत समजावले. परंतु त्यांनी प्रेमाने कुत्र्याला धरून ठेवले व ते त्याच्याशी खेळत राहिले. मोठ्या कष्टाने, खूप मिनतवाऱ्या केल्यानंतर त्यांनी कसेबसे कुत्र्याला गल्लीत नेऊन सोडले.

बाल्यकाळातील या प्रसंगावरून ते सुरुवातीपासून कट्टरवादी सामाजिक व्यवस्था व मान्यता यांच्या विरोधात होते, हे लक्षात येते. सर्वांकडे ते समभावनेने पाहत होते. हा त्यांचा सहजभाव होता. म्हणूनच ते नंतरही सर्वांवर एकसारखे प्रेम, दया करू शकले. त्यांच्या मनात सर्वांप्रति करुणाभाव होता. नाहीतर माणसाला ईश्वरीय गुण विकसित करण्यासाठी खूप पठण, मनन व सत्यसाधना करावी लागते. तेव्हा कुठे त्याच्या मनातील चुकीच्या धारणा जाऊन मन निर्मळ होते. नियतीने मात्र या निरागस हरिभक्तावर अशा दिव्य गुणांची पखरण केली होती. निसर्गतःच त्यांना ही 'आर'ची अवस्था प्राप्त झाली होती.

यांमध्ये विचारात घेण्यासारखी अजून एक गोष्ट आहे. निमाईंच्या बाल्यकाळातील प्रसंग पाहता त्यांच्यात कृष्णाची छबी दिसून येते. निमाईंनी त्यांच्या जीवनात कृष्णभक्तीची पराकाष्ठा केली व त्याचे प्रकटीकरण केले. म्हणूनच त्यांना कृष्णावतार म्हटले जाते. प्रत्येक लहान मूल बाळगोपाळच असते. प्रत्येकात कृष्णचेतनेचा वास असतो. कारण त्यांच्या मनात अजून अहंकार (मी पणा) जागृत झालेला नसतो. शुद्ध चेतना त्यांच्याद्वारे कार्यरत असते. बालक निमाईसुद्धा याला अपवाद नव्हते.

निमाईंचे चोरांपासून संरक्षण

निमाईंच्या बाल्यकाळातील अजून एक मजेदार गोष्ट आहे. याला चमत्कारही म्हणता येईल. एकदा निमाई हरवले. घरात कोणाच्याही लक्षात येईना, की ते कुठे गेले. त्यांना सर्वांनी खूप शोधले. आजूबाजूला, गल्लीत, गावात सगळीकडे त्यांचा शोध घेतला गेला. पण ते सापडेनात. त्यांचे आई-वडील चिंताक्रांत झाले. रागावण्यामुळे ते घर सोडून गेले नसतील ना, अशी चिंता त्यांना वाटू लागली. मनात वाईट-साईट विचार येऊ लागले. व्याकूळ होऊन ते ईश्वराला प्रार्थना करू लागले, "देवा, आमच्याकडून काही चुकले असेल तर आम्हाला क्षमा कर. आमचे बाळ पुन्हा घरी येऊ दे."

आजूबाजूच्या लोकांच्या मनात विचार सुरू झाले, की खेळता-खेळता कदाचित ते दूर गेले असतील किंवा एखाद्या झाडावर चढून बसले असतील व आता त्यांना खाली उतरता येत नसेल. सर्व प्रकारच्या शक्यता ते पडताळून पाहू लागले. आजूबाजूला खूप साप असल्याने नाना शंकाकुशंकांनी लोक भयभीत झाले. वास्तव असे होते, की दोन चोरांनी त्यांच्या अंगावरच्या दागिन्यांच्या मोहाने त्यांचे अपहरण केले होते. मुलाला दूर नेऊन त्याच्या अंगावरचे दागिने काढून घ्यायचे व त्याला तिथेच सोडून पळून जायचे असा त्या चोरांचा मानस होता. मुलाने रडू-ओरडू नये म्हणून त्यांनी निमाईंना मिठाई खायला दिली.

निमाई चोराच्या खांद्यावर बसून मजेत मिठाई खाऊ लागले. ईश्वराची लीला घडली व चोरांना दिशाभ्रम झाला. पुढे जाण्याऐवजी ते पुन्हा उलट दिशेला चालू लागले. गल्ली, दिशा यांचे भान न राहिल्यामुळे ते पुन्हा निमाईंच्या दारासमोर आले. निमाईंना पाहून लोक आनंदाने ओरडू लागले. चोराने निमाईंना पटकन खांद्यावरून उतरवले व तिथून पळून गेले. निमाई मिठाई खाऊन आनंदाने घरी आले. जणू काही घडलेच नव्हते. ज्यांनी निमाईंना घरी आणून सोडले त्या सज्जन माणसांचा घरचे लोक शोध घेऊ लागले, पण इकडे चोर मात्र खूप अस्वस्थ झाले होते. त्यांना समजेना की जिथून मुलाला उचलले तिथेच परत कसे आलो?

जे काही घडले ते घडले, पण निमाई मात्र सुखरूप घरी आले. या किंवा यासारख्या इतर घटनांना ईश्वरीय लीला किंवा चमत्कार म्हणता येईल. नियतीने चोरांचा दिशाभ्रम करून निमाईंचे रक्षण केले. आपल्या अंतरंगातील स्रोत (ईश्वर) आपल्याला किंवा इतरांना असेच विचार देऊन आपले काम करत असतो. आपल्याला वाटत राहते, "असं कसं घडलं? मी तर असा विचार केला नव्हता.

समोरच्या माणसाने माझी गरज ओळखून कशी मदत केली ? माझी तर त्याच्याकडून अशी अपेक्षा नव्हती." वास्तविक ईश्वर सर्व शरीरांमध्ये वेगवेगळ्या वेळी वेगवेगळे विचार देऊन लीला करत असतो.

पुढच्या खंडामध्ये निमाईंच्या जीवनातील पुढचा टप्पा बघणार आहोत. सोने ज्याप्रमाणे आगीत तापले की शुद्ध होते, त्याप्रमाणे जीवनाच्या या कालखंडात ते शुद्ध झाले. जीवनात मिळालेल्या धगीमुळे एका निरागस भक्ताचे रूपांतर समजूतदार व जबाबदार विद्वानात झाले. त्यांना अनेक चांगले-वाईट अनुभव आले, जे त्यांच्या विकासासाठी आवश्यक होते.

●●●

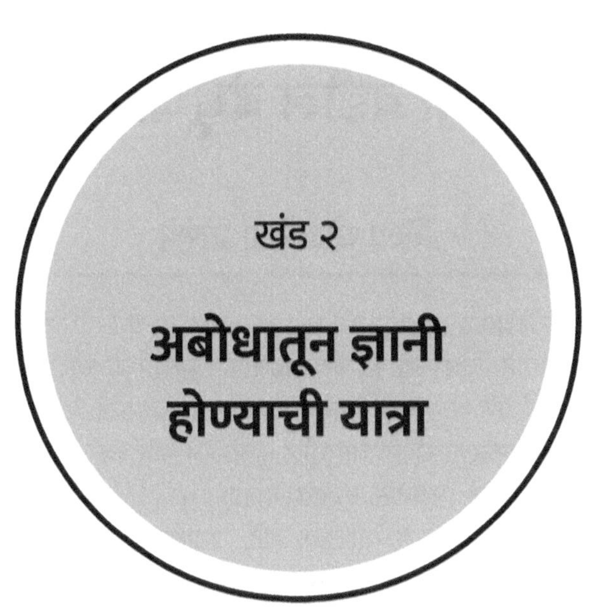
खंड २

अबोधातून ज्ञानी
होण्याची यात्रा

अध्याय ७
निमाईंच्या वडील बंधूंचा संन्यास

दिव्य योजनेचा प्रारंभ

माणूस ज्या परिस्थितीत वाढतो, तसे गुण त्याच्यात सहजतेने विकसित होतात हे शाश्वत सत्य आहे. चोरांच्या वस्तीत राहणाऱ्या मुलामध्ये चोरी करण्याचे गुण आपोआप येतात, पण सत्याच्या मार्गावर चालणे त्याच्यासाठी अवघड गोष्ट आहे. सत्याचा मार्ग अंगीकारणाऱ्या परिवारातील मुलांमध्ये सात्त्विक संस्कार असण्याची शक्यता अधिक असते. घरातील वातावरण पाहून मुलेही त्या गोष्टी स्वीकारतात. निमाईंच्या घरातील वातावरण सात्त्विक होते. वडील उत्तम पंडित होते व आई हरिभक्त होती. त्यांचे मोठे भाऊ विश्वरूप सत्यसाधक होते.

सर्वसामान्य संसारी दांपत्याप्रमाणे निमाई व विश्वरूपच्या आई-वडिलांची इच्छा होती, की आपल्या मुलांनी शिकून सवरून संस्कारी व्हावे व सन्मार्गाला लागावे. उदरनिर्वाहाचे उद्दिष्ट पूर्ण करून गृहस्थाश्रमी व्हावे. परिवाराचे पालन-पोषण करत आपल्याला म्हातारपणी आधार द्यावा. आपण जो विचार करतो त्याप्रमाणे घडते का ? नियती जे ठरवते त्याप्रमाणेच घडते. विधात्याने पंडित विश्वनाथ मिश्र व शचिदेवी यांच्या आशेविरुद्ध गोष्टी लिहिल्या होत्या.

संन्यास घेण्याचा पाया कसा तयार झाला ?

निमाईंपेक्षा दहा वर्षांनी मोठे असलेले त्यांचे भाऊ विश्वरूप अतिशय कुशाग्र बुद्धीचे विद्यार्थी होते. सुरुवातीपासून त्यांची वृत्ती आध्यात्मिक होती. वेद-शास्त्रांचा अभ्यास करण्यामध्ये त्यांना खूप रुची होती. तारुण्यातही त्यांचा स्वभाव चंचल नव्हता. ते गंभीर व एकांतप्रिय होते. प्रापंचिक गोष्टींबाबत निर्लिप्त होते. सत्यसाधक होण्यासाठी लागणारे गुण आपोआप त्यांच्या अंगी बाणले होते. त्यांचा बराचसा वेळ अभ्यासात जात होता. त्यानंतर शिकलेल्या गोष्टींवर ते मनन, चिंतन करत होते. वास्तविक त्यांच्या मनात भविष्याविषयी कोणतेही विचार येत नव्हते. त्यासाठी कोणतीही योजना त्यांनी बनवली नव्हती, परंतु संन्यासासारखे बीज आधीपासूनच रुजले होते. म्हणूनच त्यांच्यात वैराग्यभाव सहजपणे जागा झाला होता.

जगात कोणतीही गोष्ट अचानक घडत नाही. कोणत्याही घटनेची तयारी दृश्य अथवा अदृश्य स्वरूपात होत असते. तयारी पूर्ण होताच घटना घडते. तसेच अचानक कोणी संन्यासी, साधू, चोर किंवा खुनी होत नाही तर पूर्वी घडलेल्या घटना, कर्म किंवा विचार यांच्या प्रभावामुळे त्याचे फळ मिळते. विश्वरूपांच्या जीवनात ही पूर्वतयारी सुरू होती. कमलाक्ष मिश्र नावाच्या वैष्णव ब्राह्मणाने त्यांना सत्याच्या मार्गावरून जाण्यासाठी प्रेरित केले. ते त्यांच्यासाठी निमित्त ठरले.

कमलाक्ष मिश्र नदिया जिल्ह्यातील नावाजलेले विद्वान होते. लोक त्यांना 'अद्वैताचार्य' म्हणत होते. त्यांचा श्रीमद् भागवत व गीता यांचा गाढा अभ्यास होता. त्यांच्या घरी वैष्णव लोक एकत्र जमून या ग्रंथावर चर्चा करत असत. चर्चेमध्ये नुसत्या ज्ञानाच्या गोष्टींची चर्चा होत नसे तर त्यामध्ये सखोल सार होते. ते ऐकणाऱ्याच्या मनात खोलवर रुजत असे. विश्वरूप वरवरच्या कोरड्या ज्ञानामुळे उबले होते. खरे ज्ञान प्राप्त करण्यासाठी ते भटकत होते. एके दिवशी ते कमलाक्ष मिश्रांच्या सत्संगात आले. तिथे गेल्यावर जणू एखाद्या तहानलेल्याला नदीचा प्रवाह सापडावा असे त्यांना वाटले. त्यांना तो सत्संग प्रभावी वाटला. त्यानंतर तेसुद्धा नियमितपणे तिथे जाऊ लागले व सत्यसंघाचा लाभ घेऊ लागले.

उपस्थितीचा परिणाम कसा असावा ?

हळूहळू विश्वरूपचे मन कमलाक्ष मिश्र यांच्या बैठकीत इतके रमू लागले, की त्यांना वेळेचे, तहान-भुकेचे भान उरले नाही. दिवसभर त्यांच्या घरी बसून ते सत्यसाधना करू लागले. आईला जेव्हा त्यांच्या खाण्या-पिण्याची चिंता वाटे,

तेव्हा ती निमाईंना भावाला बोलवण्यासाठी कमलाक्ष मिश्रांच्या घरी पाठवत असे. तिला माहीत असे, की ज्या अर्थी तो घरात नाही त्या अर्थी तो कमलाक्ष मिश्रांच्या घरीच असणार.

निमाई कमलाक्ष मिश्रांच्या घरी जात व आपल्या हास्याने सर्वांचे मन मोहून टाकत. त्यांचा गौरवर्ण व गोड हास्य पाहून कमलाक्ष मिश्र भावविभोर होत. त्यांचा स्वतःवर संयम राहत नसे. ते विश्वरूपला म्हणत, "हा मुलगा माझ्या घरी आला ना की माझे मन माझ्या ताब्यात राहत नाही. याच्यात काहीतरी दिव्य वैशिष्ट्य आहे. ज्याच्यामुळे मी त्याच्याकडे ओढला जातो." हे ऐकून विश्वरूप हसत. कारण छोटा भाऊ सर्वांनाच मोहून टाकतो, हे ते जाणत होते.

कमलाक्ष मिश्रांच्या घरी गेल्यावरसुद्धा निमाई सवयीनुसार भजन ऐकून त्या तालावर नृत्य करण्यास आरंभ करत होते व सर्वांचे मन मोहून टाकत होते. तिथे उपस्थित ज्ञानी लोक सत्संग, वेद-शास्त्रांची चर्चा विसरून भजनात तल्लीन होऊन निमाईंसमवेत नाचू लागत. निमाईंचे नृत्य मनोरंजनासाठी नव्हते तर त्यामुळे भक्ती वृद्धिंगत होत असे. जो आनंद प्राप्त करण्यासाठी ते ज्ञानाच्या गोष्टी करत होते, तो आनंद त्यांना निमाईंबरोबर, भक्तिरसात बुडून नाचण्यामध्ये मिळत होता.

वास्तविक माणसाचे जसे अंतर्मन असते, जसे चिंतन असते, तसा त्याचा प्रभाव त्याच्या आभामंडलावर पडतो व तोच प्रभाव इतरांवर पडून परिणाम घडवतो. म्हणून विचारपूर्वक आपण आपली संगत निवडली पाहिजे. नेहमी चांगल्या व सात्त्विक लोकांबरोबर राहण्याने त्यांचा प्रभाव पडतो व आपल्यात चांगले गुण वृद्धिंगत होऊ लागतात.

●●●

अध्याय ८

विश्वरूपचा शेवटचा निर्णय

संन्यासाची यथार्थता

पूर्वीच्या काळात भारतामध्ये संन्यासमार्ग खूप प्रचलित होता. किशोरवयीन मुले थोडी समज येताच अपुरे ज्ञान प्राप्त करून घरदार सोडून संन्यासी होत होते व जंगलात जाऊन राहत होते. शांततेत, प्रतिष्ठेने जगणे दुरापास्त झाले होते. समाजाची अतिशय दुर्दशा झाली होती. मुघलांच्या आक्रमणांमुळे सगळीकडे अशांतता माजली होती. त्यामुळे नवीन पिढीला प्रपंचापेक्षा संन्यास घेण्यात जास्त रुची वाटू लागली होती. ईश्वराचे चिंतन केल्यामुळे त्यांना दुःखापासून व कष्टांपासून थोडा तरी दिलासा मिळत होता. अशा परिस्थितीत मोठ्या मुलाचे – विश्वरूपचे – दिवसभर सत्संगात रमणे त्याच्या आई-वडिलांना चिंतेत टाकू लागले होते. मुलगा संन्यास तर घेणार नाही ना, अशी भीती त्यांना वाटू लागली होती.

शचिदेवी सारखी आपल्या पतीला म्हणू लागली, "आता विश्वरूप मोठा झाला आहे. त्याचे लग्न लावून देऊ. असं घडायला नको की त्यानं संन्यासी होऊन घर सोडावं आणि आपण नुसतं बघत राहावं. आधीच त्याला प्रापंचिक गोष्टींची आवड नाही. त्याला ना खाण्या-पिण्याची शुद्ध असते ना घरादाराची. तो जे समोर येईल ते चुपचाप खातो. एखादे दिवशी काही खायला दिले नाही तरी त्याला काही फरक पडत नाही. त्याचे हे वैराग्य विलक्षण वाटते. ही गोष्ट हाताबाहेर जाण्यापूर्वी

आपल्याला काहीतरी करायला हवं." हे ऐकून वडीलही चिंताग्रस्त झाले. त्यांनी विश्वरूपसाठी सुयोग्य वधू शोधण्यास सुरुवात केली.

ईश्वराच्या दिव्य योजनेनुसार विश्वरूपच्या भाग्यात काही वेगळेच लिहिले होते. त्यामुळे त्यांना एक जोडीदार मिळाला. त्याचा मामेभाऊ लोकनाथ याचा स्वभाव व गुण विश्वरूपसारखेच होते. तोही सत्यसाधक होता. तो विश्वरूपला आदर्श मानत होता. दोघे भाऊ दिवसभर ज्ञान व धर्माची चर्चा करत होते व त्याचा पुरेपूर आनंद घेत होते. ब्रह्मचिंतन करता-करता 'ब्रह्म सत्य, जगत् मिथ्या' यावर त्यांचा विश्वास बसू लागला. एके दिवशी दोघांनी एकमेकांच्या सल्ल्याने गृहत्याग करून संन्यास घेण्याचा निश्चय पक्का केला.

निमाईंच्या भविष्याचा संकेत

एके दिवशी घरी येताच विश्वरूपने पाहिले, की आई छोट्या निमाईंना खूप रागवत होती. कारण विचारताच तिने निमाईंच्या कागाळ्या सांगण्यास सुरुवात केली. तिला निमाईंच्या भविष्याची चिंता वाटत होती. विश्वरूपने आईचे सर्व म्हणणे ऐकून घेतले, पण त्यावर काहीही भाष्य केले नाही. नंतर आपल्या खोलीत जाऊन त्यांनी एक ग्रंथ आणला व आईला म्हणाले, 'आई, निमाई मोठा झाला की त्याला हा ग्रंथ वाचायला दे. त्याचं चांगलं होईल.' पण शेवटी आई ती आईच! ती निमाईंच्या बाबतीत साशंक होती. ती म्हणाली, "ईश्वरच जाणे! हा काही अभ्यास करणार आहे की नाही. याचा खोडकरपणा कधी कमी होणार कोण जाणे?" यावर विश्वरूप उत्तरले, "आई, तू बघ, निमाई एक दिवस जगद्गुरू होईल व संपूर्ण राष्ट्राला एक नवीन दिशा देईल." हे ऐकून आईला खूप आश्चर्य वाटले. विश्वरूपच्या चेहऱ्यावर सत्याची चमक दिसत होती. ही निमाईंबाबतची भविष्यवाणी होती व ती पुढे खरी ठरली. पण त्या वेळी या गोष्टीवर कोण विश्वास ठेवणार?

विश्वरूपच्या अशा वागण्याने आईच्या मनातील शंका दृढ होऊ लागली. विश्वरूप संन्यासी होणार की काय, अशी शंकेची पाल तिच्या मनात चुकचुकली. तिला वाटले, की "त्याने निमाईला पुस्तक देण्यास मला का सांगितले? तो स्वतः देऊ शकतो. तो इथे राहणार नाही की काय? भविष्यात कुठेतरी दूर जाण्याची योजना तर नाही ना?" विचार करकरून तिचे मन व्यथित झाले.

वास्तविक ही विश्वरूपने सांगितलेली भविष्यवाणी नव्हती तर त्याच्या अंतरंगातून आलेला कृष्णचेतनेचा आवाज होता. तो आईसाठी निमाईंच्या

भविष्यातील दिव्य योजनेचा संकेत देत होता. आईने निमाईंना सामान्य बालक समजू नये यासाठी दिलेला तो एक इशारा होता. पुत्रमोहाच्या अधीन राहून त्याच्या मार्गात तिने अडथळा आणू नये व त्यांच्या दिव्य योजनेत सहभागी होऊन त्यांचे आसक्तिरहित पालन-पोषण करावे हा त्यामागचा गर्भितार्थ होता, परंतु आईला हे समजले नाही.

त्याचदिवशी मध्यरात्री विश्वरूप व त्याचा मामेभाऊ लोकनाथ यांनी निद्रिस्त माता-पित्यांना नमस्कार केला, छोट्या भावाला त्याच्या भविष्यासाठी आशीर्वाद दिला व संन्यास घेण्यासाठी ते घराबाहेर पडले. काही दिवस दोघांनी यात्रा केली. नंतर शंकराण्यपुरी नावाच्या पुरी सांप्रदायातील एका संन्याशाकडून विश्वरूपने गुरुमंत्र घेतला व ते संन्यासी झाले. दुसरीकडे लोकनाथने आपला मोठा भाऊ विश्वरूपलाच गुरुस्थानी मानले व सत्यसाधना सुरू केली.

संन्यासाचा वास्तविक अर्थ

संन्यास म्हणजे पळपुटेपणा नाही. जर एखादा आपल्या जबाबदाऱ्या टाळण्यासाठी किंवा भीतीपोटी संन्यासाचा आधार घेत असेल, तर तो संन्यास म्हणता येत नाही. अशा संन्यासाचा काही फायदा नाही. कारण त्याच्या अंतर्यामी कोणतेच परिवर्तन घडून येत नाही. असा माणूस जंगलात गेला तरी स्वतःचा संसार थाटेल. त्याच्या आजूबाजूला दोन-चार लोक असतील, तरी तो प्रतिष्ठेच्या, लौकिकाच्या मागे लागेल. उदाहरणार्थ, 'हा मला असं म्हणाला; मी त्याच्याकडे बघून घेईन; मी त्याच्यापेक्षा श्रेष्ठ आहे; हे माझं काम नाही; हे तुझं काम आहे; मी कोण आहे हे त्याला दाखवून देईन...' वगैरे.

संन्यास म्हणजे प्रपंच सोडणे नाही तर स्वतःहून त्यापासून बाजूला होणे. ईश्वराच्या शोधात त्याच्या प्रेमापोटी जेव्हा प्रपंचाची व्यर्थता जाणवू लागते, तेव्हा खऱ्या अर्थाने वैराग्य जागते. विश्वरूपच्या बाबतीत असेच घडले. संन्यास हा त्यांचा सहज स्वभाव होता. घरात राहूनही त्यांचे वागणे संन्याशाप्रमाणे होते. सुरुवातीपासून त्यांचा ओढा ईश्वराकडे होता. त्यांना सत्य जाणण्याची उत्कंठा होती म्हणून ते मार्ग शोधत होते. जेव्हा त्यांना मार्ग सापडला, तेव्हा ते आपल्या स्वभावाला अनुसरून त्या दिशेने गेले. तसे पाहिले तर ही विश्वरूपसाठीची दिव्य परमेश्वरी योजना होती म्हणून असे घडणारच होते व घडलेसुद्धा.

पुत्रवियोगाची अवस्था

आई-वडिलांना सर्वांत जास्त अपेक्षा मुलांकडूनच असतात. विश्वरूपच्या आई-वडिलांनाही मोठ्या मुलाकडून खूप अपेक्षा होत्या. मात्र कोणतीही पूर्वसूचना न देता त्यांनी संन्यास पत्करला. या घटनेने त्यांना दुःखाच्या खाईत लोटले. मुलाचा विवाह करून नातवंडांशी खेळण्याची स्वप्ने ते पाहत होते, पण मुलगाच त्यांच्या नजरेसमोरून दूर गेला होता. या आघाताने ते पुरते कोलमडून पडले. दिवस-रात्र मुलाच्या आठवणीने आसवे गाळत होते. आजूबाजूचे लोक, आप्तस्वकीय आपापल्या परीने त्यांची समजूत काढण्याचा कसोशीने प्रयत्न करत होते, परंतु पुत्रमोहाने व्याप्त असलेले मन मोक्ष व मुक्तीच्या गोष्टी समजू शकत नव्हते. कोणी म्हणे, 'हे तर विधिलिखित होते' तर कोणी म्हणे, 'तुमच्या मुलाने तुमच्या घराण्याची कीर्ती वाढवली आहे. त्याने तुमच्या पूर्वजांना मोक्ष मिळवून दिला आहे', पण पुत्रमोहाने आंधळे झालेल्या माता-पित्यांना या गोष्टी दिसत नव्हत्या.

त्या वेळी निमाईंचे वय अवघे ६-७ वर्षांचे होते. त्यांना समजत नव्हते, की मोठे भाऊ कुठे गेले आहेत व आई-वडिलांना इतके वाईट का वाटत आहे? एकदा त्यांची आई इतरांची नजर चुकवून रडत होती. हे पाहून निमाई तिला दिलासा देत म्हणाले, "आई, दादासाठी तू इतके वाईट वाटून घेऊ नकोस. तो गेला तरी मी आहे ना? मी तुझा सांभाळ करीन." छोट्या मुलाचे हे सांत्वनाने भारलेले बोल ऐकून आईने त्यांना कवटाळले. तिला त्याचा आधार वाटला.

ईश्वराने विश्वरूपच्या बाबतीत लिहिलेले विधिलिखित असेच असेल असा विचार करून वडिलांनी स्वतःच्या मनाची समजूत घातली, पण छोटा मुलगा मोठ्या मुलाच्या पावलावर पाऊल ठेवून आपल्यापासून दूर तर जाणार नाही ना, या शंकेने त्यांचे मन धास्तावून गेले. निमाईला धर्मशास्त्राचे शिक्षण न देण्याचे विचार त्यांच्या मनात येऊ लागले. विश्वरूपप्रमाणे त्याच्या मनात प्रपंचाविषयी वैराग्य येऊ नये असे त्यांना वाटू लागले. कारण वेदाभ्यासामुळेच मुलगा दुरावला अशी त्यांना खात्री वाटत होती.

जर निमाईला वेदाभ्यास करायला सांगितला तर तोही एके दिवशी संन्यास घेऊन निघून जाईल, या भीतीने त्यांनी निमाईंना धर्माचे शिक्षण देण्याचे टाळले.

●●●

अध्याय ९

मोहापासून मुक्तीचा मार्ग

प्रत्येक घटना पुढील घटनेची तयारी असते

विश्वरूपच्या गृहत्याग करण्यामुळे घरातील वातावरण गंभीर झाले होते. त्याचा परिणाम निमाईंच्या चंचल वृत्तीवर पडला. आधीपेक्षा त्यांचा स्वभाव गंभीर बनला होता. ते आई-वडिलांचे ऐकू लागले. त्यांना दुःख होईल, वाईट वाटेल अशी कृत्ये करणे ते टाळू लागले. आता उलट घटना घडू लागल्या. आधी आई-वडील त्यांना वेद-धर्माचे शिक्षण देण्याचा प्रयत्न करत होते, तेव्हा ते त्यापासून दूर पळत होते, पण आता त्यांना वेद शास्त्राचे शिक्षण देण्यास आई-वडील राजी नव्हते पण निमाईंच्या मनात त्या शिक्षणाबद्दलची रुची निर्माण होऊ लागली.

विश्वरूपच्या जाण्यामुळे निमाईंचे कमलाक्ष मिश्रांच्या घरी जाणे बंद झाले, परंतु कमलाक्ष त्यांच्या मोहमयी चेहऱ्याने भारून गेले होते. म्हणून ते एके दिवशी स्वतःच त्यांच्या घरी आले. त्या वेळी निमाई अभ्यास करत बसले होते. अद्वैताचार्यांनी त्याची चौकशी केली व विचारले, 'तू काय वाचत आहेस?' त्यावर निमाईंनी बोलायला सुरुवात केली. त्याचे स्पष्ट व शुद्ध बोलणे ऐकून अद्वैताचार्य आश्चर्यचकित झाले. लहान मुलाची भाषा इतकी असाधारण व प्रभावी कशी असू शकते, यावर त्यांचा विश्वास बसेना. हा नक्कीच दिव्य बालक आहे, अशी त्यांची खात्री झाली. त्यांनी निमाईंना भरभरून आशीर्वाद दिला व त्यांच्या वडिलांना म्हणाले, "तुमच्या लहान मुलाची प्रतिभा असामान्य आहे. हा निश्चितच एक

दिव्यात्मा आहे, जो विशिष्ट हेतूने पृथ्वीवर आला आहे. याची प्रतिभा पूर्णपणे विकसित करण्याचे कार्य परमेश्वराने तुमच्यावर सोपवले आहे. म्हणून याचे पालन-पोषण करण्यात, शिक्षणात, दीक्षा देण्यात कोणतीही कसर बाकी ठेवू नका. याचा सर्वांगीण विकास होईल, असे वातावरण तयार करा. ही तुमच्यावर फार मोठी जबाबदारी आहे.”

मुलाच्या कौतुकाने वडील प्रसन्न झाले नाहीत व मनातील व्यथा अद्वैताचार्यांसमोर उघडही करू शकले नाहीत. त्यांच्यासमोर नाइलाजाने ‘हो’ ला ‘हो’ केले पण मनातून जास्त घाबरले. मला असा दिव्य अलौकिक महापुरुष नको तर सर्वसामान्य मुलगा पाहिजे. त्याने कधीही आम्हाला सोडून जाण्याचा विचार करू नये. तो सतत आमच्याबरोबर राहावा व त्याने म्हातारपणी आम्हाला आधार द्यावा. निमाई जर खरोखरच असामान्य प्रतिभा घेऊन जन्माला आला असेल तर थोडे शिक्षण मिळताच तो आपल्या मार्गाने निघून जाईल, असे असंख्य विचार त्यांच्या मनात थैमान घालू लागले. तो घरातून निघून जाईल या भीतीने त्यांनी त्याचे शिक्षण बंद केले.

नियतीचे संकेत लक्षात घ्या

माणूस नियतीच्या हातचे खेळणे आहे, हे अनेक धर्मांमध्ये वेगवेगळ्या पद्धतीने सांगितले आहे. नियतीच्या पुढे माणसाचे काही चालत नाही, पण त्याच्यामधला अहंकार हे मान्य करत नाही. आपणच आपले भाग्य ठरवू शकतो असे त्याला वाटत असते. माध्यमांद्वारे, योग्य दिशा मिळेपर्यंत नियती इशारा करत असते.

निमाईंच्या वडिलांच्या बाबतीत हेच घडत होते. आधी विश्वरूपद्वारे निमाईंच्या अलौकिकत्वाचा संकेत मिळाला होता. निमाईंच्या जन्मपत्रिकेवरूनही असाच संकेत मिळाला होता. आता अद्वैताचार्यांनीही त्यांना निमाईंच्या भविष्याचा आरसा दाखवला होता. असे असूनही मुलाच्या आसक्तीपोटी निमाईंचे वडील नियतीच्या या संकेताकडे कानाडोळा करत होते व व्यक्तिगत स्वार्थाला प्राधान्य देऊन निमाईंच्या बाबतीत निर्णय घेत होते.

प्रत्येक घटना पुढच्या घटनेची तयारी असते

जगन्नाथ मिश्र धार्मिक विद्वान होते, पण पुत्रमोहाचा पगडा त्यांच्यावर इतका घट्ट बसला होता, की नियतीच्या संकेतांकडे ते दुर्लक्ष करत होते. पण नियती माणसापुढे

थोडीच झुकणार? ती इतक्या शक्तिशाली घटना घडवून आणते की माणसाला पुनर्विचार करावाच लागतो. असेच निमाईंच्या आई-वडिलांच्या बाबतीत घडले. निमाईंच्या वागण्यात घडलेल्या परिवर्तनामुळे त्यांना नियतीसमोर नमते घ्यावे लागले.

निमाई ऊर्जेने ओतप्रोत भरलेले होते. अशी असीमित ऊर्जा स्वतःचा मार्ग शोधतेच. ऊर्जेचा प्रवाह दिशा पकडतो. एखाद्या मुलाबाबत शिक्षण व दीक्षा याखेरीज दुसरी दिशा कोणती असते? निमाईंच्या बाबतीत त्यांच्या वडिलांनी हा मार्ग बंद केला होता. त्यामुळे त्यांच्यातील ऊर्जेने वेगळी दिशा पकडली. म्हणतात ना, 'रिकामे मन सैतानाचे घर,' निमाईंची अशीच काहीशी अवस्था झाली होती. त्यांच्या मनातला आक्रोश धुमसून बाहेर पडू लागला व तीव्र स्वरूपात उत्पात करू लागला. ते कधी-कधी दुसऱ्यांच्या बागेतील कच्ची फळे तोडून फेकत, तर कधी कोणाची दावणीला बांधलेली गाय सोडून देत, कधी शेजाऱ्यांच्याच घराला बाहेरून कडी घालत तर कधी कोणाच्या घरात घुसून देवासमोरचा प्रसाद फस्त करत. निमाईंच्या अशा वागण्यामुळे सगळेजण त्रस्त झाले होते. त्यांच्या आईकडे तक्रार करूनही काही उपयोग नव्हता कारण ती तरी काय करू शकत होती?

आईच्या रागावण्याचाही त्यांच्यावर काही परिणाम होत नव्हता. निमाईंच्या वयाची मुले अभ्यास करून वेळेचा सदुपयोग करत होती. त्याउलट निमाईंना अभ्यासापासून वंचित ठेवून ते त्याच्यावर अन्याय करत होते. या सर्व गोष्टी त्यांच्या आईच्या लक्षात आल्या होत्या. दिवसभर रिकामे बसल्यामुळे ते दुसरे काय करणार? निमाई अतिशय हट्टी झाले होते. आईने वडिलांशी याबाबत बोलण्याचा निर्णय घेतला. अशा प्रकारे निमाईंच्या वागण्यात झालेला नकारात्मक बदल त्यांच्या जीवनाला सकारात्मक दिशा देण्यास कारणीभूत ठरला. त्यांच्या वर्तणुकीने आई-वडिलांनी घेतलेल्या चुकीच्या निर्णयावर त्यांना फेरविचार करण्यास भाग पाडले.

नियतीशी ताळमेळ राखण्याचा मंत्र

एके दिवशी निमाई कचऱ्याच्या ढिगावर जाऊन बसले व कचरा उलट-सुलट करू लागले. ओळखीच्या लोकांनी ही गोष्ट त्यांच्या आईच्या कानावर घातली. आई त्वरेने धावली व त्यांना रागावू लागली, "काय करतोस? थोडी तरी अक्कल आहे का?" यावर निमाई म्हणाले, "मी तर अशिक्षित आहे, मला शुद्ध-अशुद्ध याची अक्कल कशी असणार?"

निमाईंचे उत्तर ऐकून आई स्तब्ध झाली. तिचे डोळे उघडले. हे उत्तर म्हणजे तिच्यासाठी नियतीने दिलेला इशारा होता. मुलाचे शिक्षण बंद करून आपण चूक केली, त्याच्यावर खूप मोठा अन्याय केला असे तिच्या लक्षात आले.

या घटनेनंतर शचिदेवी पतीजवळ गेली व म्हणाली, "तुमचा हा हट्टीपणा मुलाच्या बरबादीचे कारण ठरेल. मुलाला साधू होण्यापासून वाचवण्याचा प्रयत्न त्याला सैतान बनवेल. भविष्यात काही अनिष्ट घडेल अशा भीतीने त्याचा वर्तमान बिघडू देणे योग्य नाही. त्याचा शिक्षणाचा अधिकार हिरावून घेऊ नका." त्यानंतर तिने निमाईंचे विचित्र वागणे त्यांच्या कानावर घातले. ते ऐकून त्यांनाही धक्का बसला व आपल्या निर्णयावर पुनर्विचार करण्याचा निश्चय केला. विचारांती वडिलांनी आपली भीती व निमाईंचे भविष्य ईश्वरचरणी अर्पण केले. सगळा भार ईश्वरावर सोपवून त्यांनी मुलाला शिकवण्याचे ठरवले.

नियती माणसाला तिच्या इच्छेनुसार चालवते. कधी विचार देऊन तर कधी बाह्य इशारा देऊन ती आपले मनोरथ पूर्ण करते. तसं पाहिलं तर संपूर्ण विश्व ईश्वराच्या दिव्य योजनेनुसार चालत असते. कोणीही त्याच्याविरुद्ध जाऊन काही करू शकत नाही. जे नियतीची ही व्यवस्था जाणतात, त्यांच्यात सहजपणे स्वीकारभाव येतो व त्यांचा नियतीशी असणारा विरोध संपून जातो. नियतीच्या इच्छेला मान देऊन जीवन जगणे हे माणसाचे मूळ कर्तव्य आहे, त्याच्या जीवनाचा खरा उद्देश आहे.

•••

अध्याय १०
निमाईंचा उपनयन संस्कार

ज्ञानप्राप्तीची पात्रता

निमाईंच्या भविष्याबाबत आई-वडिलांच्या मनात दाटून आलेले मळभ आता नाहीसे झाले होते. आपली चिंता ईश्वरावर सोपवून ते निश्चिंत झाले होते व द्विधा मनःस्थितीतून मुक्त झाले होते. त्यांनी निमाईंचे विधिपूर्वक शिक्षण सुरू व्हावे यासाठी त्यांचा उपनयन संस्कार (मुंज) करण्याचे ठरवले. निमाई याच दिवसाची वाट पाहत होते. कधी एकदा आपली मुंज होते व आपण शिक्षणास पात्र ठरतो असे त्यांना झाले होते.

उपनयन संस्कार हा हिंदू धर्मातील मुख्य संस्कार आहे. याला 'मुंज' अथवा 'यज्ञोपवीत संस्कार' असेही म्हटले जाते. हिंदू धर्मानुसार मनुष्यजीवनात याचे अनन्यसाधारण महत्त्व आहे. मुंज झाल्यानंतरच मुलगा वेदाभ्यास करण्यासाठी पात्र ठरतो. म्हणून हा विधी एखाद्या समारंभाप्रमाणे साजरा केला जातो.

उपनयन म्हणजे जवळ जाणे, समीप जाणे. परमचेतनेजवळ (ईश्वराजवळ) घेऊन जाणारा हा संस्कार आहे. त्याच्याजवळ पोहोचण्याचा एकमेव मार्ग आहे - ज्ञान. ज्ञानप्राप्तीचा शुभारंभ उपनयन संस्कार झाल्यानंतर होतो. या संस्कारात आधी गायत्री मंत्राची दीक्षा दिली जाते. पूर्वी उपनयन संस्कार करणे अनिवार्य होते. त्यानंतर मुलाची भौतिक व आध्यात्मिक प्रगती सुनिश्चित केली जात असे. आजमितीला ही प्रथा तितकीशी प्रचलित राहिली नाही, पण काही विशिष्ट वर्गांमध्ये अजूनही याचे पालन केले जाते.

पंडितांचा सल्ला घेऊन निमाईंच्या उपनयन संस्काराचा शुभमुहूर्त काढला गेला. घरात तयारी सुरू झाली. नदिया गावातील सर्व नामांकित विद्वान, ब्राह्मण व पंडितांना समारंभाला उपस्थित राहण्याचे निमंत्रण दिले गेले. त्या घरात पुन्हा एकदा आनंदाचे वातावरण निर्माण झाल्याचे पाहून परिचित व्यक्तींना खूप आनंद झाला.

उपनयन संस्काराच्या दिवशी निमाईंना स्नान घालून लाल वस्त्र परिधान करावयास दिले. नंतर त्यांना यज्ञाजवळ बसवले. सुमुहूर्तवर समारंभ सुरू झाला. निमाईंचा गौर वर्ण अजूनच खुलून दिसत होता. चेहऱ्यावरचे तेज इतके विलोभनीय होते, की जणू साक्षात बाळ गोपाळकृष्णच विराजमान झाले आहेत, असे वाटत होते. त्यांचे अद्भुत रूप पाहून सर्वजण संतुष्ट झाले होते.

निमाईंची पहिली भावदशा

उपनयन संस्काराच्या दिवशी एक विशेष घटना घडली. ती निमाईंच्या भविष्याचा आरसा होती. चंचल निमाई त्या दिवशी गंभीर होऊन यज्ञाजवळ आसनावर बसले होते. त्यांच्या वडिलांनी जसा गायत्री मंत्राचा उद्घोष सुरू केला, तसे तो ऐकून निमाई एकाएकी भावदशेत गेले. त्यांनी जोरात हुंकार दिला व बसल्या-बसल्याच ते आसनावरून खाली जमिनीवर पडले व बेशुद्ध झाले. तिथे उपस्थित असणारे सर्वजण अतिशय घाबरले. त्यांच्या आईचे प्राण जणू कंठाशी आले. निमाईंना अचानक काय झाले हे कोणालाच कळेना.

कोणी त्याच्या चेहऱ्यावर पाणी मारण्यास सांगू लागले तर कोणी त्याची दृष्ट काढा म्हणून सांगू लागले. भूता-खेताची बाधा झाली असे कोणाला वाटू लागले तर कोणाला तो त्यांचा खोडसाळपणा वाटत होता. सर्व लोकांमध्ये कुजबूज सुरू झाली. हे घडत असताना निमाईंच्या वडिलांनी निमाईंकडे बारकाईने पाहिले असता त्यांच्या लक्षात आले, की त्यांचे डोळे अर्धवट उघडे आहेत व डोळ्यांच्याकडेने अश्रू वाहत आहेत. त्यांच्या ओठांवर मंद हास्य होते. अलौकिक भावनेने त्यांचा चेहरा देदीप्यमान दिसत होता, जणू काही ते परमानंदात तल्लीन झाले होते. निमाईंच्या चेहऱ्यावर गंगाजल शिंपडल्यावर त्यांना शुद्ध आली. अश्रू थांबले होते व ते उठून बसले. परंतु अजून म्हणावे तसे ते शुद्धीवर नव्हते. त्यांची चेतना अजून तशाच अवस्थेत होती. शून्यात नजर लावून निमाई एकटक बघत होते. जणू काही ते परलोकात वावरत होते. त्यांची स्थिती अजूनही सामान्य झाली नव्हती.

निमाईंची अशी अवस्था पाहून लोक काहीबाही बोलू लागले, त्या वेळी तिथे असलेल्या एका पंडिताने सर्वांना गप्प केले. तो म्हणाला, "निरर्थक बडबड करू नका. या मुलाला काहीही झालेले नाही. गायत्री मंत्र ऐकून याची भावदशा बदलली आहे. हा ईश्वरबोधात मग्न झाला आहे. यावरून लक्षात घ्या, की या छोट्याशा शरीरात एक महान दिव्यात्मा आहे. या लहानग्याचे रूप तर बघा. जणू काही बाळगोपाळच प्रकट झाले आहेत. द्वापर युगात कृष्ण कन्हैया सावळ्या रंगाचे होते. या युगात त्यांनी गौर वर्ण धारण केला आहे व ते निमाईंच्या रूपात अवतरले आहेत."

पंडिताच्या बोलण्याचा सर्वांवर प्रभाव पडला. सर्वांना निमाईंबद्दल आदर वाटू लागला. ते त्यांच्याकडे वेगळ्या नजरेने बघू लागले. हे पाहून निमाईंच्या वडिलांनी सर्वांना शांत केले व म्हणाले, "माझ्या मुलाला ईश्वर बनवू नका. त्याला लहान मुलगा म्हणून राहू द्या. आज त्याचा उपनयन संस्कार आहे. त्याला भरभरून आशीर्वाद द्या, जेणेकरून तो त्याचे शिक्षण उत्तमप्रकारे पार पाडू शकेल." अशा प्रकारे निमाईंचा विधिवत उपनयन संस्कार व्यवस्थित पार पडला व त्यांच्या शिक्षणाचा प्रारंभ झाला.

भावदशा – समाधी अवस्था

प्रस्तुत प्रसंगात गायत्री मंत्र ऐकताच निमाई भावदशेत गेले हे वाचले. आता याचा अर्थ लक्षात घ्या. एखादा माणूस एखाद्या विषयावर निरंतरपणे मनन करत असताना जर त्यात तल्लीन झाला, रममाण झाला तर त्याला त्याच्या शरीराची शुद्ध राहत नाही. अशा अवस्थेला भावदशेत जाणे म्हणतात. काही प्रकारच्या कागदामध्ये ज्याप्रमाणे शाई पूर्णपणे शोषली जाते, त्याप्रमाणे एखादा भक्तीत पूर्णपणे रंगून गेला की त्याची तार्किक बुद्धी समर्पित होते. अशा वेळी त्याला ना बाह्य जगाची शुद्ध राहते ना स्वतःच्या शरीराची. भावनिक स्तरावर तो आपल्या आराध्य देवतेशी संपूर्णपणे जोडला जातो व प्रत्येक क्षणी तो त्याच्या सन्निध असतो. या अवस्थेला भावदशा म्हटले जाते.

याचे प्रसिद्ध उदाहरण म्हणजे रामकृष्ण परमहंस. ते सतत कालीमातेचे ध्यान करत होते व कालीमातेच्या दर्शनासाठी आसुसले होते. त्यामुळे त्यांना सतत कालीमातेच्या सहवासात असल्यासारखे वाटत असे व ते त्याच भावदशेत मग्न राहत होते. ते नेहमी कालीमातेशी बोलत, तिला नैवेद्य भरवत. संत मीराबाईसुद्धा

कृष्णाबरोबर अशाच अवस्थेत राहत होती. तिचीही भावदशा अशी होती. या अवस्थेला भावातीत समाधी अवस्था असे म्हणतात. या अवस्थेत भक्त व भगवान एकरूप होतात.

कधी-कधी गुरुकृपेमुळे किंवा ईश्वरकृपेमुळे एखाद्या भक्ताला ही भावदशा सहजपणे प्राप्त होते. जसे रामकृष्ण परमहंसांनी जेव्हा पहिल्यांदा नरेंद्रनाथांना (स्वामी विवेकानंद) पाहिले होते, तेव्हाच त्यांनी ओळखले होते, की हा तरुण भविष्यात महान संत होणार आहे. म्हणून त्यांनी नरेंद्रनाथांना स्पर्श केला. त्यांच्या स्पर्शाने नरेंद्रनाथ भावदशेत गेले.

गायत्री मंत्र ऐकताक्षणी निमाईंची अशीच अवस्था झाली होती. यावरून लक्षात येते, की त्यांच्या अंतरंगात समाधीची पूर्वतयारी किती जोमाने सुरू होती. ज्या उपनयन संस्काराने सर्वसाधारण मुलाची ज्ञानप्राप्तीची सुरुवात होते, त्या संस्कारामुळे निमाई ज्ञानाच्या शेवटच्या टप्प्यावर, समाधीअवस्थेत सहजपणे पोहोचले होते. त्यांच्या छोट्या शरीरात भक्तचेतना वास करत होती, हे या घटनेवरून सिद्ध होते. ही भक्तचेतना एका विशिष्ट हेतूने, दिव्य प्रयोजनासाठी पृथ्वीवर अवतरली होती.

•••

अध्याय ११

पित्याच्या मृत्यूचा परिणाम

जबाबदारीचा स्वीकार

उपनयन संस्कार झाल्यानंतर निमाईंना शाळेत पाठवले गेले. त्यांच्या जीवनाला सकारात्मक दिशा मिळाली. निमाईंच्या वर्तणुकीत सुखद परिवर्तन दिसू लागले. दंगामस्ती करण्याची जुनी सवय हळूहळू कमी होऊ लागली. स्वभावातील चंचलता जाऊन गंभीरपणा व शिस्त आली. अभ्यासात त्यांची बुद्धी कुशाग्र होऊ लागली. आधी त्यांच्या खोडकरपणाची चर्चा होत असे, पण आता त्यांच्या बुद्धिमत्तेची व अभ्यासूपणाची चर्चा होऊ लागली. बघता-बघता निमाई आपल्या मित्रांमध्ये अग्रेसर ठरले.

हळूहळू त्यांचा परिवार जुनी दुःखे विसरू लागला. मोठ्या मुलाने संन्यास घेण्याच्या कृतीमुळे वारंवार त्रास देणारा सल लहान मुलाच्या वर्तनाने कमी होऊ लागला. तरीसुद्धा पुत्रवियोगाची भीती वडिलांच्या मनातून मुळापासून नष्ट झाली नव्हती. ही चिंता त्यांना वाळवीप्रमाणे पोखरत होती. त्यामुळे त्यांच्या तब्येतीवर त्याचा परिणाम होऊ लागला. एकदा त्यांना खूप ताप भरला व कोणत्याही औषधांचा परिणाम होईना. निमाई व शचिदेवींनी प्रयत्नांची पराकाष्ठा केली परंतु त्यांची तब्येत खालावत गेली व एके दिवशी परिवाराला सोडून ते परलोकवासी झाले.

घराचा प्रमुख गेल्यामुळे आता घरात फक्त निमाई व त्यांची आई उरले. अशा परिस्थितीमुळे लहानग्या निमाईंवर परिणाम झाला. त्यांचा स्वभाव धीरगंभीर

झाला. त्यांना काही कमी पडू नये, वडिलांची उणीव भासू नये यासाठी आई सतत प्रयत्न करत होती. परंतु निमाई हे न समजण्याइतके लहानही राहिले नव्हते. त्यांना घरातील परिस्थिती व नकळत पडलेली जबाबदारी समजत होती. आईला आपल्यालाच सांभाळायचे आहे, हेही त्यांच्या लक्षात आले होते.

लहान वयातच निमाई वडिलांप्रमाणे सायंसंध्या, पाहुण्यांचे आदरातिथ्य, सेवा, आईला मदत करणे इत्यादी कामे करून आपला अभ्यासही उत्तमप्रकारे करत होते. एका चंचल बालकाचे परिस्थितीवश गंभीर व कर्तव्यनिष्ठ युवकात रूपांतरण झाले होते.

चिंता चितेसमान आहे

माणसाचे जीवन व जीवनाची दिशा माणसाच्या मनाप्रमाणे ठरत नसते असे सर्व धार्मिक ग्रंथ सांगतात. माणूस फक्त कर्म करू शकतो. त्याचे फळ मनाजोगते मिळणार की नाही, हे सर्व नियतीच्या हातात असते. या सत्याकडे कानाडोळा करून माणूस आयुष्यभर त्याच्या हातात नसलेल्या गोष्टींची चिंता करतो. निमाईंचे वडीलसुद्धा आधी मोठ्या मुलाच्या वियोगामुळे दुःखी झाले व नंतर लहान मुलाच्या विरहाच्या भीतीने व्याकूळ झाले. माणसाच्या जीवनावर इतर कोणाचेही नियंत्रण नसते.

प्रत्येकजण आपल्या कर्मानुसार, दिव्य योजनेनुसार आपली यात्रा निर्धारित करतो. केवळ आई-वडिलांच्या माध्यमातून मुले धरतीवर जन्म घेतात, पण ते त्यांचे जीवन निर्धारित करू शकत नाहीत. हे सत्य लक्षात न घेतल्यामुळे कित्येक आई-वडील मुले आपले ऐकत नाहीत या कारणामुळे दुःखी राहतात.

आपली मुले ही खरं तर त्या ईश्वराची मुले आहेत व त्यांची काळजी घेण्यासाठी, पालन-पोषण करण्यासाठी आपली नियुक्ती झाली आहे. आपण त्यांचे मालक नाहीत, ही गोष्ट लक्षात घेतली तर आई-वडिलांना मुलांबद्दल आसक्ती राहणार नाही तर त्यांच्या मनात मुलांबद्दल विशुद्ध प्रेम जागृत होईल. असे झाले तर कोणतीही व्यक्तिगत महत्त्वाकांक्षा न ठेवता ते त्यांचा सांभाळ करतील. ईश्वराची इच्छा मानून ते भक्तिभावनेने व कर्तव्य समजून त्यांच्याशी तशी वर्तणूक ठेवतील.

अज्ञानापोटी निर्माण झालेला कर्तभाव व आसक्ती ही दुःखाला आमंत्रित करते, रोग निर्माण करते. निमाईंच्या वडिलांच्या बाबतीत असेच घडले.

परिस्थिती खरी शिक्षक आहे

एका माणसाने तंदुरुस्त राहण्यासाठी मित्राबरोबर रोज सकाळी पळण्याचा व्यायाम करण्याचे ठरवले. त्याप्रमाणे त्याने रोज पळायला सुरुवात केली. पण एक चक्कर मारताच तो थकून जाई व पुढे पुन्हा पळण्यास राजी नसे. मित्र आग्रह करत राही की रोज थोडा वेळ वाढव पण तरीही तो ऐकत नसे. एके दिवशी तो असाच पळत असताना अचानक कुठूनतरी एक कुत्रा त्याच्यामागे लागला. कुत्र्याच्या भीतीने त्याने न थांबता ३ ते ४ चकरा मारल्या.

सांगण्याचे तात्पर्य, माणूस सांगून ऐकत नाही. परिस्थिती त्याला बदलवते. तीच खरी शिक्षक आहे. आई-वडील निमाईंना जे शिकवू शकले नाहीत, ते परिस्थितीने त्यांना शिकवले. घटनांनी त्यांना एका खोडकर मुलापासून समजूतदार युवक बनवले. आता ते जबाबदार झाले होते. आधी सांगितल्याप्रमाणे जीवनातील प्रत्येक घटना पुढच्या घटनेचा पाया असते. पित्याच्या मृत्यूने निमाईंना जबाबदारी शिकवली, त्यांच्यातील ऊर्जेला योग्य दिशा दिली.

•••

अध्याय १२
निमाईंचे शिक्षण व शिक्षकाचे कार्य

बुद्धिविलासातून 'पास' अवस्थेकडे प्रयाण

निमाईंच्या बाललीला त्यांच्या 'आर' अवस्थेतून होत होत्या. त्या त्यांच्या भविष्याचा आरसा होत्या, परीसभक्त बनण्याचा संकेत होत्या. त्यांची ही अवस्था निरागस, सहज भक्तीची होती. तिथे अजून बुद्धीचा शिरकाव झाला नव्हता, परंतु मूल मोठे होणे, त्याच्या बुद्धीचा विकास होणे, वैचारिक क्षमता विकसित होणे, आजूबाजूच्या परिस्थितीचे आकलन होणे हा प्रकृतीचा नियम आहे. याला निमाई अपवाद कसे असणार? निमाई निरागस भक्तापासून ज्ञानी पंडित विश्वंभर मिश्र झाले.

ती वेळ अशी होती, की निमाई बुद्धीच्या ना आर होते ना पार, हृदयाच्या जवळही नव्हते, जिथे राहून बुद्धीचा उपयोग भक्तीसाठी होईल. ते बुद्धिनिष्ठ ज्ञानी होते पण भक्त नव्हते.

आता निमाईंच्या या काळातील जीवनलीला पाहू.

कुशाग्र बुद्धिमत्तेच्या निमाईंचा शैक्षणिक काळ

निमाईंची बुद्धी खूप कुशाग्र होती. त्यांनी व्याकरण व न्याय शास्त्रामध्ये प्रावीण्य मिळवले होते. वाद-विवादात, शास्त्रार्थात त्यांनी बुद्धिमान पंडित व ब्राह्मणांना हरवले होते. ते असे तर्क-वितर्क लढवत की नेहमी त्यांचाच विजय होई. त्यामुळे त्यांना सन्मान मिळू लागला होता. त्यांची कीर्ती आजूबाजूला दूरवर पसरली होती.

सोळाव्या वर्षींच निमाईंनी आपले शिक्षण पूर्ण केले व ते आता पंडित विश्वंभर मिश्र म्हणून प्रसिद्ध झाले. इतक्या लहान वयात पांडित्य मिळवणारा हा पहिला युवक होता. संध्याकाळी वेगवेगळ्या शाळांमधील मुले एकत्र जमत व निरनिराळ्या विषयांवर चर्चा करत, पण निमाईंच्या वक्तृत्वापुढे त्यांचा टिकाव लागत नसे. वाद-विवादात त्यांना कोणीही हरवू शकत नसे.

नियती विश्वंभर मिश्रंचा सर्वांगीण विकास घडवत होती. त्यांच्यात जबाबदारीची जाणीव निर्माण झाली होती. ते कुशाग्र बुद्धीचे विद्यार्थी होते व आपल्या बरोबरीच्या सर्वांना त्यांनी मागे टाकले होते. जणू काही नियती त्यांना त्यांच्या भावी दिव्य अभिव्यक्तीसाठी तयार करत होती.

शाळेत शिक्षक म्हणून कार्य व विवाह

सोळाव्या वर्षींच विश्वंभर मिश्रंचे शिक्षण पूर्ण झाले होते. त्यांनी चरितार्थ चालवण्यासाठी शाळा सुरू करावी असे त्यांच्या आईला वाटत होते, परंतु त्यासाठी लागणारी साधन-सामग्री त्यांच्याकडे नव्हती. त्या वेळी त्यांना मुकुंद संजय नावाच्या श्रीमंत ब्राह्मणाची मदत मिळाली. त्यांना विश्वंभर मिश्र यांच्या वडिलांबद्दल खूप आदर होता. त्यांनी विश्वंभर मिश्रंना आपल्या मालकीच्या जागेत शाळा उघडून दिली.

थोड्या कालावधीतच शाळेची ख्याती दूरवर पसरली. दूरवरून विद्यार्थी येऊ लागले. विश्वंभर मिश्र सहज स्वभावाचे शिक्षक होते. मुलांना हसत-खेळत ते शिकवत होते. त्यामुळे विद्यार्थ्यांना त्यांचे शिकवणे खूप आवडत होते. अवघड विषयदेखील ते सहजतेने, हसत-हसत शिकवत होते.

शाळेचा चांगला जम बसल्यानंतर त्यांच्या आईच्या मनात त्यांच्या विवाहाचे विचार येऊ लागले. नदिया गावातील वल्लभाचार्य नावाच्या पंडिताची लक्ष्मीप्रिया नावाची अतिशय सुंदर, गुणवान कन्या होती. विश्वंभरचा विवाह तिच्याशी करून दिला गेला.

अशा प्रकारे चैतन्य महाप्रभू बनण्याच्या वाटचालीत विश्वंभर मिश्र यांनी वयाच्या सोळाव्या वर्षापर्यंत जीवनाच्या प्रत्येक पैलूचा खूप विकास केला होता. बुद्धीच्या स्तरावर ज्ञानाचे अमृत काठोकाठ भरले होते. फक्त त्या अमृताचे थेंब हृदयावर पडणे बाकी होते.

बुद्धी तीक्ष्ण पण भक्तीपासून वंचित

कित्येकजण आजूबाजूच्या परिस्थितीनुसार किंवा वातावरणामुळे भक्ती करू

लागतात. एखादे संकट आले तर ईश्वराकडे मदत मागण्यासाठी आर्ततेने प्रार्थना केली जाते, भक्तिभाव निर्माण होतो. भजन गायले जाते पण संकटाचे निरसन झाले की सगळे विसरले जाते. भक्तीची ओळख नसेल तर ती जितक्या लवकर जागृत होते, तितक्या लवकर नाहीशी होते. सर्वांत महत्त्वाचे म्हणजे आपण इतका मौल्यवान खजिना गमावला आहे याची तसूभरही जाणीव माणसाला होत नाही. मायेच्या जंजाळात, बुद्धीच्या प्रभावाखाली, प्रापंचिक गोष्टी मिळवण्याच्या अहंकारात माणूस इतका जखडलेला असतो, की त्याला त्याची मनोदशा जाणवतही नाही. जीवन जसे आहे तसेच चालू राहते.

अशा प्रकारे विश्वंभर मिश्रंचेही जीवन सुरू होते. बुद्धीच्या प्रभावापुढे ते भक्तीपासून वंचित राहिले. हरिनामाच्या कीर्तनावर नाचण्यामध्ये किती आनंद होता हे ते पूर्णपणे विसरून गेले होते. कोणत्याही प्रापंचिक गोष्टी हा आनंद मिळवून देऊ शकत नाहीत. विश्वंभर मिश्रंचे प्रापंचिक जीवन सुरळीत चालू होते. त्यांचे पांडित्य, प्रतिष्ठा, प्रसिद्धी, यशस्वी शिक्षकाचा दर्जा, सुखद पारिवारिक संबंध याने त्यांचे प्रापंचिक जीवन परिपूर्ण होते. यापेक्षा अजून काय हवे असते? ही सर्व सुखे प्राप्त करण्यासाठी माणूस ईश्वराची पूजा, प्रार्थना करतो. ईश्वराने या सुखांचे माप विश्वंभर मिश्रंच्या ओंजळीत लहान वयातच टाकले होते, मग भक्ती कशी जागृत होणार?

जीवनाच्या या वळणावर विश्वंभर भक्तीपेक्षा ज्ञानाला अधिक श्रेष्ठ मानू लागले होते. भक्तीत दंग होऊन नाचणाऱ्या वैष्णवभक्ताची ते तर उडवत होते. त्यांना हे सगळे ढोंग वाटत होते. पण पुढे अशी वेळ त्यांच्यावर येणार आहे, भक्तीची अशी पद्धत ते विद्यार्थ्यांना शिकवणार आहेत, तेसुद्धा स्वतः याचे उदाहरण बनून, हे त्या वेळी त्यांना समजले नव्हते. ईश्वराच्या भक्तांची सेवा हीच ईश्वराची सेवा आहे हेच आपण शिकवणार आहोत याबद्दल ते अनभिज्ञ होते.

बुद्धीच्या प्रभावाखाली असताना ते भक्तांची थट्टा करत होते पण बुद्धीच्या पलीकडे गेल्यावर, बुद्धी समर्पित झाल्यानंतर त्यांनी नामस्मरणाचे महत्त्व सांगितले. भक्तांची सेवा ही साक्षात ईश्वराची सेवा आहे, असे केल्याने कृष्ण प्रसन्न होईल असे ते सांगत होते.

एक भक्त भक्तीपासून दूर गेला, बुद्धीत रमला व पुन्हा भक्ती करू लागला. जीवनाच्या या प्रवाहात काय घडले, हे जाणणे अतिशय महत्त्वपूर्ण आहे.

●●●

अध्याय १३

'पास'च्या अवस्थेची झलक

मित्रासाठी केला मोठा त्याग

निमाईंचा बुद्धीकडून हृदयाकडचा प्रवास सुरू झाला होता. आता त्यांना बुद्धीपलीकडे जाऊन हृदयात वास करायचा होता. माणूस बुद्धिमान, ज्ञानी असेल, त्याचबरोबर प्रेम, दया, करुणा, निःस्वार्थ भक्ती इत्यादी ईश्वरीय गुण त्याच्यात असतील तर बुद्धीचा सदुपयोग त्याला करता यायला हवा.

विश्वंभर मिश्रमध्ये त्या वेळी भलेही भक्ती जागृत झालेली नव्हती, पण त्यांच्यात ईश्वरीय गुण नक्कीच होते. त्यांची 'पास'च्या अवस्थेत जाण्याची पात्रता होती. एका घटनेवरून हे सिद्ध होते. त्यांनी आपल्या बुद्धिकौशल्याने, ज्ञानाने एक ग्रंथ लिहिला पण एका मित्राच्या अश्रूंपुढे त्यांना त्याचे मोल नव्हते. व्यावहारिक बुद्धीवर प्रेमाने मात केली... असा हा सुंदर प्रसंग जाणून घेऊ.

भक्तीची पात्रता

निमाई आता सामान्य युवक राहिले नव्हते. ते पंडित विश्वंभर मिश्र झाले होते. त्यांच्या पांडित्याचा दरारा सगळीकडे पसरला होता. तसे पाहिले तर ते एक विद्यार्थीच होते पण त्यांनी सर्व विषयांत प्रावीण्य संपादन केले होते. विशेष करून ते न्यायशास्त्रात प्रवीण झाले होते.

त्यांचा रघुनाथ दास म्हणून त्यांच्याबरोबर शिकणारा मित्र होता. रघुनाथ

दाससुद्धा न्यायशास्त्रात पारंगत होते व या विषयावर ते एक ग्रंथ लिहीत होते. त्यांना वाटत होते, की हा विषय नवीन आहे म्हणून त्यावर एक चांगला ग्रंथ लिहिला तर आपली कीर्ती होईल व सन्मान मिळेल. संपूर्ण ब्राह्मण समाजात प्रतिष्ठा वाढेल.

त्याचवेळी त्यांना समजले, की विश्वंभर मिश्रसुद्धा याच विषयावर ग्रंथ लिहीत आहेत. हे ऐकून रघुनाथ दास जरा बेचैन झाले. कारण विश्वंभर मिश्रंच्या पात्रतेवर त्यांचा पूर्ण विश्वास होता. त्यांनी लिहिलेला ग्रंथ नक्कीच अद्वितीय ठरणार याची त्यांना खात्री वाटत होती. असे असताना आपल्या ग्रंथाला कोण विचारणार, अशी त्यांच्या मनात शंका निर्माण झाली. या गोष्टीमुळे रघुनाथ दास खिन्न राहू लागले.

एकदा संधी साधून रघुनाथ दासने विश्वंभरना विचारले, "मी असं ऐकलं आहे, की तू न्यायशास्त्रावर एक ग्रंथ लिहिला आहेस. हे खरं आहे का?" विश्वंभर म्हणाले, "हो, लिहिण्याचा प्रयत्न सुरू आहे. पण अजून पूर्ण झाला नाही. पण होईलच."

हे ऐकून जिज्ञासेने रघुनाथांनी विचारले, "तू मला तो दाखवशील का?" विश्वंभर म्हणाले, "हो, का नाही? तू तर माझा मित्र आहेस. मला तुझ्याकडून काही मार्गदर्शन मिळेल."

दोन्ही मित्रांनी मिळून नौकाविहाराला जाण्याचे ठरवले. विश्वंभर आपला लिहिलेला ग्रंथ बरोबर घेऊन आले होते. त्यांनी रघुनाथला तो वाचून दाखवण्यास सुरुवात केली. जसजसे ते ऐकत होते, तसतसे रघुनाथांचे मन उदास होऊ लागले. विश्वंभरांनी संपूर्ण ग्रंथ वाचून दाखवला. नंतर त्यांच्या लक्षात आले, की रघुनाथ स्तब्ध होऊन एकटक त्यांच्याकडे पाहत होते व त्यांच्या डोळ्यांतून अश्रू वाहत होते.

हे पाहून विश्वंभर त्रस्त झाले. त्यांनी आश्चर्याने विचारले, "मित्रा, तू का रडत आहेस? तुला हा ग्रंथ आवडला नाही का?" त्यावर त्वरेने रघुनाथ म्हणाले, "नाही... नाही, असे नाही. तू या विषयावर इतका चांगला ग्रंथ लिहिला आहेस त्यामुळे आता त्याच्यापुढे माझ्या ग्रंथाची काय किंमत? वास्तविक मी याच विषयावर ग्रंथ लिहिला आहे. मला वाटलं होतं, की या ग्रंथामुळे मला मान-सन्मान मिळेल, प्रसिद्धी मिळेल, पण तुझा ग्रंथ ऐकून असं वाटतं, की आता हे शक्य नाही. माझी मेहनत वाया गेली याचे दुःख वाटलं म्हणून डोळ्यात पाणी आलं."

हे ऐकून विश्वंभर व्याकूळ झाले व म्हणाले, "हे हरि, माझ्याकडून नकळत हे पाप कसं घडलं? माझ्या मित्राला त्रास देण्याचा विचार माझ्या मनात नव्हता. मला माहीत असतं, की तू या विषयावर ग्रंथ लिहीत आहेस तर मी चुकूनही ग्रंथ

लिहिला नसता. माझ्या मनात सहज आलं म्हणून मी ग्रंथ लिहिला. प्रसिद्ध होण्यासाठी अथवा धनप्राप्तीसाठी मी हे केलं नाही. तशी माझी काही इच्छाही नाही व मला कशाचा मोहही नाही. जर माझा हा ग्रंथ तुझे मनोरथ पूर्ण होऊ देत नसेल तर आत्ताच्या आत्ता मी हा ग्रंथ गंगेला अर्पण करतो," असे म्हणत विश्वंभरने इतक्या परिश्रमाने लिहिलेला ग्रंथ गंगेत सोडून दिला.

रघुनाथ अस्वस्थ झाले व रडून प्रायश्चित्त करू लागले. आपल्या मित्राला आपल्यामुळे इतका मोठा त्याग करावा लागले हे पाहून त्यांना अतिशय दुःख झाले. पण विश्वंभर शांत होते. ते हसून त्यांना म्हणाले, "तुझी मैत्री व तुझा आनंद हा माझ्यासाठी लाखमोलाचा आहे." रघुनाथला ग्रंथ लिहिण्यासाठी व त्याचा प्रचार करण्यासाठी विश्वंभरनी प्रोत्साहन दिले. अशी होती त्यांची निष्कपट मैत्री व व्यक्तिगत स्वार्थाबाबत निर्मोह स्थिती!

व्यक्तिगत स्वार्थाबाबत विरक्ती

चैतन्य महाप्रभूंची किशोरवयातच उच्च आध्यात्मिक अवस्था होती, हेच वरील घटनेवरून सिद्ध होते. प्रपंचातील मौल्यवान गोष्ट ही अशा लोकांना गवताच्या काडीप्रमाणे तुच्छ वाटते व ते सहजपणे त्याचा त्याग करू शकतात. हीच आध्यात्मिक माणसाची खरी ओळख आहे. ज्याप्रमाणे प्रभू रामचंद्रांनी सहजपणे राजमहाल सोडून वनवास पत्करला, भगवान बुद्ध, मीरा, महावीर यांनीसुद्धा राजवैभवाचा त्याग केला, त्याप्रमाणे विश्वंभर मिश्रंनी मोठे परिश्रम करून लिहिलेला ग्रंथ पाण्यात सोडून दिला.

आजच्या युगात कोणी असे करेल अशी कल्पनादेखील करू शकत नाही. स्वतःच्या क्षुल्लक स्वार्थासाठी लोक इतरांचे मोठे नुकसान करण्यासही मागेपुढे पाहत नाही, मित्रालाच काय पण स्वतःच्या भावालादेखील फसवू शकतात. याउलट जगात चैतन्य महाप्रभूंसारखे महान लोक होऊन गेले आहेत, ज्यांनी केवळ मित्राच्या मनात दुःख निर्माण झाले या कारणामुळे मोठ्या मेहनतीने लिहिलेला ग्रंथ नदीला अर्पण केला. धन्य आहे असा त्याग व असे दिव्य विचार!

जे उपयोगी नाही ते सोडून द्या

प्रापंचिक दृष्टिकोनातून या घटनेकडे बघितले तर विश्वंभर मिश्रंनी त्यांच्या मित्रासाठी खूप मोठा त्याग केला असे वाटते, पण आध्यात्मिक दृष्टिकोनातून

बघितले तर हे त्यांच्यासाठी आवश्यक होते. त्यांना उत्तम लेखक किंवा प्रकांड पंडित व्हायचे नव्हते. त्यांना भक्त व्हायचे होते, ते सुद्धा परीसभक्त! तिथे मोठमोठ्या ग्रंथांचा काय उपयोग? तिथे फक्त हरिनाम पुरेसे होते. ज्ञानाने भरलेले ग्रंथ वाचणे, समजून घेणे व लिहिणे या गोष्टी त्यांच्या विकासासाठी आवश्यक होत्या व त्या त्यांनी केल्या, परंतु या गोष्टींचा त्यांच्या उद्दिष्टपूर्तीसाठी काहीही उपयोग नव्हता, म्हणून नियतीने त्या त्यांच्याकडून काढून घेतल्या. त्यांचा नियतीशी ताळमेळ होता म्हणून ते सहजपणे या गोष्टी सोडू शकले. त्यांचे मन व बुद्धी यामध्ये अडथळा ठरली नाही.

ज्या गोष्टींची आपल्याला गरज नसते, मग त्या कितीही दुर्लभ, मौल्यवान असल्या तरी त्या आपल्यासाठी कुचकामी आहेत, ओझ्याप्रमाणे आहेत. त्या आपल्या पृथ्वीलक्ष्यामध्ये म्हणजे आपण जे उद्दिष्ट साध्य करण्यासाठी पृथ्वीवर आलो आहोत, त्यामध्ये अडथळा आणतात.

•••

अध्याय १४

सखीभावनेचे पुनर्जागरण

मूळ स्रोताकडे परतण्याची यात्रा

ज्या बालकाने आपल्या बाललीलांनी सर्वांचे मन जिंकून घेतले होते, ज्याच्या गुणांमुळे, लक्षणांमुळे लोक त्याला कृष्णाचा अवतार समजत होते ते बालक आता तरुण झाले होते. हृदयातून उमटणाऱ्या सहज, निर्मळ प्रेमाच्या धारेपासून ते दूर होऊन बुद्धिमत्तेच्या जमिनीवर आले होते. ते आता ज्ञानी पंडित झाले होते. परंतु ईश्वराला भक्ताची बुद्धिमत्ता आवडत नाही तर त्याचा भोळा भक्तिभाव आवडतो. ईश्वराला बालसुलभ प्रेम आवडते. म्हणून आपला भक्त जर भरकटला असेल तर ईश्वर एखाद्याला निमित्त बनवून त्याच्याकडे पाठवतो. भक्तावर प्रेम करण्याची, त्याच्यावर लक्ष ठेवण्याची ईश्वराची ही पद्धत असते.

ज्याप्रमाणे आई आपल्या मुलाकडे बाहेर गेल्यानंतर पूर्णपणे लक्ष देते, त्याने रस्ता चुकू नये यासाठी ती जागरूक असते, त्याप्रमाणे ईश्वरसुद्धा भक्ताला भरकटू देत नाही. चैतन्य महाप्रभूंसारख्या विरळा भक्ताकडे ईश्वर कसा दुर्लक्ष करेल? त्याने ईश्वरपुरी नावाच्या संन्याशाला विश्वंभरांकडे पाठवण्याची व्यवस्था केली. पुढे काय झाले ते पाहू.

विश्वंभरांच्या मनात सखीभावनेचे पुनर्जागरण

एके दिवशी नदिया गावात ईश्वरपुरी नावाचे ख्यातनाम संन्यासी आले. ते कृष्णभक्त होते. त्यांनी 'श्रीकृष्ण लीलामृत' नावाचे काव्य रचले होते, ज्यामध्ये

राधा-कृष्णाच्या विशुद्ध प्रेमाचे वर्णन होते. ते काव्य खूप गाजले होते. चहूकडे त्याची प्रशंसा होत होती. त्यात लिहिलेले छंद गाऊन ते कृष्णभक्तीत लीन होत होते. ईश्वरपुरींना खूप मान-सन्मान मिळू लागला.

नदिया गावात आल्यानंतर त्यांनी विश्वंभर मिश्रंबद्दल खूप ऐकले होते. त्यांचे नाव व स्तुती ऐकल्यावर त्यांच्या डोळ्यांसमोर एका ज्ञानी व अनुभवी पुरुषाची छबी आली, परंतु जेव्हा त्यांच्यासमोर एक १६-१७ वर्षांचा युवक आला, तेव्हा त्यांचा विश्वास बसेना. ते त्यांच्याकडे पाहतच राहिले.

विश्वंभर असेच सर्वांना प्रभावित करत होते. त्यांच्याकडे नुसते पाहिले तरी लोकांना त्यांच्याबद्दल ओढ वाटत असे. विश्वंभर मिश्रंना ईश्वरपुरींबद्दल आदर वाटत होता. म्हणून एके दिवशी त्यांना आपल्या घरी येण्याचे आमंत्रण दिले. दोघांमध्ये खूप आध्यात्मिक चर्चा झाली व त्यांना एकमेकांबद्दल आत्मीयता वाटू लागली.

ईश्वरपुरी महाराजांना विश्वंभरांच्या विद्वत्तेचा अनुभव आला होता. म्हणून हात जोडून त्यांनी त्यांना विनंती केली, की 'पंडितजी, तुम्ही मी रचलेले श्रीकृष्ण महाकाव्य ऐकावे व त्याचा सांगोपांग विचार करून त्यावर तुमचे मत मांडावे. त्यामध्ये जर काही दोष असतील तर मला सांगावेत.' विश्वंभर हात जोडून म्हणाले, 'प्रभू, माझ्याकडून हे काम होणार नाही. तुमच्यासारख्या महान कृष्णभक्ताच्या काव्यग्रंथामध्ये माझ्यासारखा नवशिका काय दोष काढू शकणार?' ईश्वरपुरी महाराजांनी खूप आग्रह केल्यानंतर विश्वंभर काव्य ऐकण्यास तयार झाले.

राधा-कृष्णाच्या दिव्य प्रेमाचे पवित्र काव्य ऐकता-ऐकता ते ईश्वरीय प्रेमरसाच्या नदीमध्ये एका गवताच्या काडीसमान वाहू लागले. गवताच्या काडीला स्वतःचा गर्व नसतो व ती स्वतःला नदीच्या प्रवाहात झोकून देते, प्रवाहाबरोबर ती वाहत जाते व फक्त वाहण्याचा आनंद घेत राहते.

काव्य ऐकून पूर्ण झाल्यानंतर ईश्वरपुरी महाराजांनी त्यावर विश्वंभरना आपले मत मांडण्याचा आग्रह धरला. म्हणून विश्वंभरांनी एक त्रुटी त्यांच्या निदर्शनास आणून दिली. वास्तविक ही गोष्ट भल्या-भल्या ज्ञानी पंडितांच्याही लक्षात आली नव्हती. ईश्वरपुरी महाराजांना खूप आश्चर्य वाटले. त्यांना किशोरवयीन विश्वंभरांच्या कुशाग्र बुद्धिमत्तेचे कौतुक वाटले.

हीच घटना त्यांच्या जीवनात नंतर अभूतपूर्व परिवर्तन करणार होती, पण ते त्या वेळी त्यांच्या लक्षात आले नाही. महापंडित विश्वंभरांच्या मनावर बुद्धिमत्तेचे

वर्चस्व होते. ईश्वरभक्ती म्हणजे त्यांच्या दृष्टीने गंभीर ध्यान, ज्ञान, योग व साधनेचा विषय होती. ते सतत शास्त्रे, वेद, उपनिषदे, व्याकरण यांमध्ये गुंतलेले होते. म्हणून ते वैष्णवांच्या सखीभावना असलेल्या भक्तिमार्गाबद्दल नापसंती दर्शवत होते. नाचून-गाऊन कीर्तन करणाऱ्यांची, राधा-कृष्णाची प्रेमगीते गाणाऱ्यांची ते चेष्टा करत होते.

ईश्वरपुरी महाराजांनी ज्या भावनेने आपल्या काव्यात राधा, गोपिका व श्रीकृष्णाच्या अनोख्या शृंगाराचे व त्यांच्या लीलांचे वर्णन केले होते, ते ऐकून विश्वंभरांच्या मनात त्यांच्या बालपणीचा भाव जागृत झाला. तोच भाव ज्याने लहानपणी सर्वांना संमोहित केले होते, जो पुस्तकी ज्ञानाच्या अहंकाराखाली दबला गेला होता. ज्ञानाच्या जमिनीवर भक्तीचे छोटे रोप उगवले होते. पुढे ते मोठे होऊन त्या वृक्षाची छाया लाखो लोकांना मिळणार होती.

आपला स्वभाव ओळखा

माणसाची तुलना एखाद्या मशीनबरोबर करायची ठरवली तर कॉम्प्युटर योग्य मशीन ठरेल. ज्याप्रमाणे कॉम्प्युटरमधील यंत्रणा निश्चित केली जाते त्याप्रमाणे तो काम करतो. सामान्यतः म्हटले जाते, की कॉम्प्युटरने अमूक-अमूक केले. वास्तविक ते काम कॉम्प्युटरमध्ये असलेले सॉफ्टवेअर करत असते. त्याचप्रमाणे एखादा माणूस काय करतो, कसे जीवन जगतो, हे त्याच्या विचारांवर व स्वभावावर अवलंबून असते. हे सर्व सॉफ्टवेअरच्या रूपात ईश्वर त्याच्या शरीरात घालतो.

माणसाच्या मूळ स्वभावाची ओळख त्याच्या बालपणी होते. आई-वडिलांना मुलाच्या वागण्यावरून, बोलण्यावरून याची झलक दिसते. मुलाला कशाची आवड आहे, तो कसा आहे, त्याचा ओढा कशाकडे आहे, याचे संकेत त्यांना मिळत असतात. एखाद्या मोठ्या संगीतकाराच्या आई-वडिलांना विचारले, तर ते त्याच्या बालपणीच्या त्याला संगीतात रुची आहे, हे दाखवणाऱ्या अनेक घटना सांगतील.

विश्वंभर मिश्र नंतर कृष्णभक्तीच्या सखीभावनेला प्रसारित व प्रचारित करणारे महान वैष्णव होणार आहेत याचा संकेत त्यांच्या बाललीलांनी दिला होता. लहानपणी हरिनाम ऐकल्यावर ते रडता-रडता शांत होत होते. हरिभजन कानावर पडताच भान हरपून ते नाचू लागत होते. याचा अर्थ, मोठेपणी त्यांच्याकरवी जे कार्य घडणार होते, त्याची जडण-घडण आधीपासूनच नियतीने त्यांच्या शरीरात करून ठेवली होती.

काळानुरूप हळूहळू माणसाच्या मूळ स्वभावावर परिस्थिती, आजूबाजूचे वातावरण, शिक्षण, मित्रपरिवार, आप्तस्वकीय यांचा प्रभाव पडतो. त्यामुळे त्याच्या मूळ स्वभावावर अनेक आवरणे चढतात व मूळ स्वभाव त्याखाली दबला जातो, परंतु कधीतरी अशी काही घटना घडते की मूळ स्वभाव पुन्हा उफाळून वर येतो. जगात असे अनेक लोक आहेत, जे आपला मूळ स्वभाव सोडून प्रपंचाच्या भाऊगर्दीत मिसळून जातात व वेगळीच नोकरी अथवा धंदा करतात. पण कधी-कधी त्यांच्या जीवनात एखादी घटना घडते व त्यांचे भावविश्व ढवळून टाकते. मग ते जम बसलेले काम सोडून देऊन लहानपणी त्यांना ज्यात आनंद वाटत होता ते काम करू लागतात.

इतके हिंडून-फिरून, भरकटून पुन्हा मूळ स्वभावावर येण्यापेक्षा आधीपासूनच खबरदारी घेऊन मूळ स्वभावापासून दूर न होणे चांगले. तरच माणसाचे जीवन सार्थकी लागते व त्याला संतुष्टी मिळते. मूळ स्वभावाला अनुसरून जीवन जगता आले नाही तर ते ओझे वाटू लागते. लहान-सहान कामांमध्येही जास्त परिश्रम घ्यावे लागतात. त्याउलट मूळ स्वभावाला अनुसरून काम केले तर कठीण कामसुद्धा सहजतेने होते व त्यात जास्त परिश्रम घ्यावे लागले तरी थकवा जाणवत नाही, उलट जास्त आनंद मिळतो.

म्हणून आपला मूळ स्वभाव ओळखा. त्यानुसार कर्मक्षेत्र निवडा. स्वतःला प्रकट करा व आनंदात राहा. ही जबाबदारी पार पाडण्यासारखी आहे व ती ईश्वराप्रति असणारी भक्तीसुद्धा आहे. विश्वंभर मिश्रंनी कृष्णप्रेमात रंगून, सखीभावनेत जो आनंद प्राप्त केला, तो त्यांना मोठमोठी ज्ञानसाधना करूनही मिळाला नव्हता. नंतर याच मार्गानि ते पुढे गेले व त्यांचे जीवन सफल झाले.

●●●

खंड ३

ज्ञानाच्या समर्पणाने
भक्तिभावनेचा उदय

अध्याय १५

प्रापंचिक प्रेमाकडून आध्यात्मिक प्रेमाकडे वाटचाल

बुद्धीचे समर्पण

प्रेम म्हटले, की सामान्यतः स्त्री-पुरुषांच्या प्रापंचिक प्रेमासंदर्भात बोलले जाते. या प्रेमामुळे माणसाला पहिल्यांदा दिव्य प्रेमाची झलक अनुभवायला मिळते हेही तितकेच खरे आहे. माणूस नम्रपणे वागायला शिकतो, समर्पित होऊ लागतो ते याच प्रेमामुळे. तुलसीदासांच्याबाबत असेच घडले होते. अशातच जर गुरू व ईश्वर दोघांची कृपा झाली, तर हेच प्रेम प्रापंचिक स्तरापेक्षा उच्च होऊन तेजसंसारी म्हणजे दिव्य प्रेम होऊ शकते.

भावदशेची जागृती

विश्वंभर मिश्रंचे आपल्या पत्नीवर खूप प्रेम होते. त्यांचे जीवन प्रापंचिक स्तरावरच्या प्रेमाने व आध्यात्मिक बुद्धिमत्तेने ओतप्रोत भरलेले होते. या दोन्हीमधला भक्तीचा दुवा मात्र निखळला होता. त्यांच्या आध्यात्मिक बुद्धिमत्तेला झुकवण्याची, प्रापंचिक प्रेमाला आध्यात्मिक प्रेम बनवून चैतन्य होण्याचा मार्ग प्रशस्त करण्याची शक्ती भक्तीमध्ये होती.

ईश्वरपुरींच्या माध्यमातून ईश्वराने ही योजना तयार केली होती. राधाकृष्णाच्या प्रेमावर आधारित ग्रंथ ऐकून विश्वंभरांच्या बुद्धी व हृदय यांमधला दुवा जोडला

जाऊ लागला. पांडित्य प्रदर्शन, तर्क-वितर्क, शास्त्रार्थ करण्यामध्ये त्यांना फारसा उत्साह वाटत नव्हता. पुस्तकी ज्ञान संपादन करणे, शिकवणे याची आवड हळूहळू कमी होऊ लागली. स्वतःचे यश, कीर्ती याचे अप्रूप वाटेनासे झाले. त्यातली व्यर्थता त्यांच्या लक्षात येऊ लागली. हळूहळू कृष्णभक्तीच्या रंगाने ते रंगू लागले.

त्यांच्या मनातली ही स्थिती आता बाह्यतः प्रकट होऊ लागली. कृष्णाप्रति मनात सखीभाव दाटून आला होता. त्यामुळे ते वारंवार भावदशेत म्हणजे समाधी अवस्थेत जाऊ लागले. कधी-कधी ते अचानक हसू लागत तर कधी-कधी त्यांच्या डोळ्यांतून अश्रू वाहत, तर कधी लहान मुलाप्रमाणे हमसून-हमसून रडू लागत. ते असे का वागत आहेत, हे घरातील लोकांना समजेना. एवढी चांगली प्रसिद्धी मिळत आहे, शाळेचे कार्य उत्तमप्रकारे चालू आहे, मग एकाएकी असे का होऊ लागले याचे कोडे त्यांना उलगडेना.

विश्वंभरांची आंतरिक अवस्था भक्तिमय झाली होती. जेव्हा त्यांच्या मनात कृष्णाबद्दल सखीभाव जागृत होई, तेव्हा त्यांना स्वतःच्या शरीराची शुद्ध राहत नसे. ते स्वतःसुद्धा या जाणिवेबद्दल अनभिज्ञ होते. फक्त आतून काहीतरी बदल होत आहे याची त्यांना जाणीव झाली होती. असा बदल का होत आहे, काय बदल होत आहे, हे मात्र अजूनही कोडेच होते. आता फक्त ते कोडे सुटण्याचाच अवधी होता.

आपल्याबाबतीतही असे कधी-कधी घडते जे आपल्या आकलनाच्या पलीकडे असते. उदाहरणार्थ, अचानक मनात एखादे काम करण्याचा तीव्र विचार किंवा भावना जागते व ते काम करणे तुम्ही टाळू शकत नाही. तुमच्या मनात याचा आधी विचारही नसतो पण विचार येताच तुम्ही स्वतःला आवरू शकत नाही. आपल्या मनात येणारे असे तीव्र विचार व भाव नैसर्गिक असतात. नियती आपल्या शरीराकडून एखादे काम करवून घेण्याचे ठरवते व वेगळे विचार व भाव निर्माण करून आपल्याला तिकडे खेचते. अशा भावनांवर व विचारांवर आपले काही नियंत्रण नसते. नंतर लक्षात येते, की ती एखाद्या दिव्ययोजनेची पूर्वतयारी होती.

विश्वंभर मिश्रंची नंतर महान कृष्णभक्त चैतन्य महाप्रभू होण्याची ती तयारी होती. स्वतःसाठी नाही तर लाखो-करोडो लोकांसाठी प्रेम, आनंद व उत्साहाने भरलेल्या अशा भक्तिमार्गाचा रस्ता त्यांना मोकळा करायचा होता. विश्वंभर मिश्रंची अशी भावपूर्ण स्थिती ही त्यांच्या भविष्याची तयारी होती हे आज आपण जाणत आहोत.

त्या कालावधीत विश्वंभर मिश्र यात्रेला जाऊ लागले. एकदा असेच ते यात्रेला गेले असताना साप चावल्यामुळे त्यांची पत्नी लक्ष्मीप्रियाचा देहान्त झाला. या घटनेमुळे त्यांच्या मनात प्रपंचाबद्दल विरक्ती निर्माण झाली. या घटनेने जणू त्यांच्या त्या अवस्थेला मदतच केली.

आचार्य केशवजींचा समर्पण भाव

विश्वंभर शाळेचे कार्य करत होते. विद्यार्थ्यांना शिकवण्याचे काम नियमितपणे करत होते. एकदा काश्मीरचे प्रसिद्ध पंडित आचार्य केशवजी नदिया गावात आले. ईश्वरपुरींच्या बाबतीत जे घडले ते यांच्याही बाबतीत घडले. विश्वंभर मिश्रांची प्रसिद्धी ऐकून ते त्यांना भेटावयास गेले. त्यांनी त्यांना स्व-रचित काही श्लोक ऐकवले. त्यामध्ये विश्वंभरांनी काही सूक्ष्म त्रुटी सांगितल्या, ज्या शोधणे मोठमोठ्या विद्वानांनाही शक्य झाले नसते. विश्वंभर मिश्रंचे ज्ञान व बुद्धिसामर्थ्य पाहून केशवजी आपले पांडित्य विसरून त्यांच्या चरणांवर नतमस्तक झाले. त्यांच्या अशा वागण्याने विश्वंभर मिश्र संकोचले. ते नम्रपणे आचार्यांना म्हणाले, 'तुम्ही एवढे मोठे विद्वान आहात व मी एक सामान्य युवक. इतका मोठा सन्मान देऊन मला लाजवू नका.'

केशवजी नम्रपणे हात जोडून म्हणाले, 'विश्वंभर, मी खोटं बोलत नाही. तुमच्याकडून पराजित झाल्यावर मी रात्रभर अस्वस्थ होतो. इतक्या लहान वयात इतकं विलक्षण बुद्धिचातुर्य कसं असू शकतं, याचं कोडं पडलं होतं. माझा डोळा लागला आणि सरस्वतीने स्वप्नात येऊन तुम्ही कोण आहात हे मला सांगितलं. माझ्या अज्ञानाबद्दल मला क्षमा करा.' त्यानंतर केशवजींनी आपला प्रपंच, पांडित्य, अहंकार यांचा त्याग केला व संन्यास घेतला.

कालांतराने आईच्या आग्रहास्तव त्यांचा विष्णुप्रिया नावाच्या मुलीबरोबर विवाह झाला. विष्णुप्रिया अतिशय गुणी गृहिणी होती. तिने विश्वंभरांचा विस्कटलेला प्रपंच पुन्हा कुशलतेने मांडला.

•••

अध्याय १६
विश्वंभरांची गया येथील यात्रा

गुरूकडून घेतली मंत्रदीक्षा

एखाद्या स्टेअरिंग नसलेल्या गाडीप्रमाणे गुरू नसलेल्या सत्यसाधकाची अवस्था असते. सर्वकाही असून ती योग्य दिशेने जाऊ शकत नाही व ईप्सित ठिकाण गाठू शकत नाही. विश्वंभर मिश्रंच्या बाबतीत असेच घडत होते. ते ज्ञानाने ओतप्रोत भरलेले होते, कृष्णाप्रति भक्तिभावही होता पण जे त्यांना दिशा देऊ शकेल व योग्य मार्ग दाखवून पुढे नेऊ शकेल अशा गुरूरूपी स्टेअरिंगची कमी होती. जीवनातील ही उणीव गयेच्या यात्रेमुळे भरून निघाली.

गयेमध्ये आध्यात्मिक उन्नती

नदियामध्ये विश्वंभरांचे जीवन विद्यार्थ्यांना शिकवण्यात निघून जात होते. हृदयात हळूहळू कृष्णप्रेम जागृत होत होते. त्यांच्या दुसऱ्या पत्नीने त्यांचा प्रपंच सावरला होता. त्यामुळे ते त्यांच्या कार्यात व भक्तीत मग्न झाले होते. सून-मुलासह आईही आनंदाने राहत होती.

एके दिवशी विश्वंभरांनी वडिलांचे वर्षश्राद्ध गयेला जाऊन करण्याची इच्छा आईजवळ बोलून दाखवली. या सदिच्छेला आईने आनंदाने परवानगी दिली. विश्वंभर आपल्या मावशीचे पती चंद्रशेखर आचार्य व इतर काही विद्यार्थी यांच्यासह गयेला पायी निघाले. अनेक गावे, खेडी, जंगले पालथी घालत पश्चिम

बंगाल व बिहारमधील अनेक तीर्थस्थानांचे दर्शन घेत ते सरतेशेवटी गयेला पोहोचले. तिथे गेल्यानंतर त्यांनी शास्त्रविधींनुसार श्राद्धकर्म पार पाडले. नदीत स्नान करून पिंडदान केले. त्यानंतर गयेमधील व त्याच्या आजूबाजूला असणाऱ्या प्रसिद्ध मंदिरांमध्ये जाऊन पूजा-अर्चा केली व अत्यंत आनंदात काही दिवस तेथे व्यतीत केले. या संपूर्ण प्रवासात विश्वंभरांच्या वागण्यात बदल होत असल्याचे सर्वांना जाणवले. त्यांच्या स्वभावातील अल्लडपणा कमी झाला होता. ते गंभीर व शांत होऊ लागले होते. ते सतत कोणत्यातरी विचारांत हरवून जात होते. गहन चिंतनात बुडून जात होते.

एके दिवशी फिरत-फिरत ते एका ठिकाणी पोहोचले. त्या ठिकाणाचे माहात्म्य वेगळे होते. असे सांगितले जाई, की त्या ठिकाणी श्रीकृष्णाने गयासुर नावाच्या राक्षसाच्या मस्तकावर आपला पाय ठेवला होता. एका पंडिताने ते पदचिन्ह दाखवले व म्हणाला, 'हे श्रीकृष्णाच्या पावलांचे ठसे आहेत. याच्या दर्शनाने मोठे पुण्य मिळते.'

कृष्णाच्या संदर्भातील प्रत्येक कथा विश्वंभरांसाठी अमृतवाणी होती. त्या पदचिन्हांकडे एकटक पाहत ते अनुभव घेऊ लागले, की ती खरोखर श्रीकृष्णाची पावले आहेत. 'ज्या ठिकाणी श्रीकृष्णाच्या पावन चरणांचा स्पर्श झाला आहे, अशा ठिकाणी मी उभा आहे. मला या पवित्र भूमीचे दर्शन घेण्याचे सौभाग्य प्राप्त झाले.' या एका विचाराने ते समाधिस्थ झाले. त्या क्षणी त्यांना वाटत होते, की जणू त्यांचे शरीर पंखांप्रमाणे हलके झाले आहे व कुठेतरी उडत चालले आहे. शरीराच्या सर्व सीमा तुटून गेल्या आहेत व ते विश्वाशी एकाकार झाले आहेत. संपूर्ण विश्व त्या पवित्र पदचिन्हांमध्ये समाविष्ट झाले आहे. अशी अवस्था ही समाधिवस्था समजली जाते. या अवस्थेत माणूस आपली शुद्ध हरपून, अहंकाराचा त्याग करून, स्रोतामध्ये विलीन होतो. श्रीकृष्णाच्या पदचिन्हांमुळे ते त्या अनुभवात पोहोचले.

गुरूकडून मिळाली मंत्रदीक्षा

विश्वंभरांना गयेमध्ये ईश्वरपुरी महाराज भेटले. हा दुसरा दिव्य असा योगायोग होता. ईश्वरपुरी महाराजांनीच नदियामध्ये असताना त्यांना राधा-कृष्णाच्या प्रेमाने ओथंबलेले काव्य ऐकवले होते व त्यामुळे विश्वंभरांच्या मनात सखीभाव पुनर्जागृत झाला होता. ईश्वरपुरी महाराज भेटल्यामुळे त्यांचा आनंद द्विगुणित झाला. दोघांच्या आनंदाला सीमा राहिली नाही. विश्वंभर उत्साहाने म्हणाले, 'स्वामीजी, माझी यात्रा

सफल झाली. एकतर मला श्रीकृष्णांच्या पदचिन्हांचे दर्शन घडले व दुसरे तुमच्यासारख्या महापुरुषाला भेटण्याचा पुन्हा योग आला.'

ईश्वरपुरी प्रसन्नपणे म्हणाले, 'तुमच्या भेटीनंतर मी साऱ्या मोहांचा त्याग करून संन्यास घेतला होता, पण पुन्हा माझ्यासमोर येऊन तुम्ही मला तुमच्या मोहात बांधत आहात.'

गयेमधील वास्तव्यात दोघांच्यात भेटी-गाठी होऊ लागल्या. त्यांच्यात वार्तालाप होऊ लागले. त्यांचे संबंध अजूनच घनिष्ठ झाले. विश्वंभर ईश्वरपुरींना स्वतःच्या हाताने बनवलेले भोजन देत होते व त्यांच्या तोंडून राधा-कृष्णाच्या प्रेमाची कहाणी ऐकून तृप्त होत होते.

'राधा-कृष्णाच्या प्रेमाची अदृश्य ज्योत ईश्वरपुरी महाराजांनी नदियामध्ये त्यांच्या अंतरंगात प्रज्वलित केली होती. गयेत येऊन ती अजूनच प्रखर होऊन ज्वाला बनली होती. त्यांचे लक्ष प्रापंचिक गोष्टींवरून उडाले होते. ते कृष्णप्रेमात बुडून गेले होते. आता त्यांना शास्त्रचर्चा, तर्क-वितर्क, जय-पराजय व्यर्थ वाटू लागले होते. मी माझा मौल्यवान वेळ अशा निरर्थक गोष्टींमध्ये वाया घालवला अशा विचारांनी ते दुःखी झाले. कृष्णभक्ती सोडून इतर गोष्टींमध्ये काय अर्थ आहे? मी पुस्तकी ज्ञानाच्या मागे का धावत राहिलो? खरा आनंद माझ्या अंतरंगात असताना मी निरर्थक गोष्टींमध्ये का गुंतलो? केवळ हरिनाम घेण्याने माझ्या अंतरंगातील आनंद ओसंडून वाहतोय, मग मी का गुंतलो? असे अनेक प्रश्न त्यांना सतावू लागले.

त्या काळात ईश्वरपुरी महाराजांनी त्यांना श्रीकृष्णाच्या नाममंत्राची दीक्षा दिली. त्यांनी श्वासाप्रमाणे ती साधली. विश्वंभर त्या नाममंत्रात इतके रममाण झाले की त्यांना कुठेही जावेसे वाटत नव्हते. कृष्णाच्या पदचिन्हांजवळ बसून ती न्याहाळणे व मनातल्या मनात गुरुमंत्राचा जप करणे एवढेच त्यांचे उद्दिष्ट होते व यांमध्ये ते त्यांचा पूर्ण वेळ घालवत होते. त्यांची ही अवस्था पाहून त्यांच्याबरोबर आलेल्या लोकांना त्यांची चिंता वाटू लागली. ते त्यांच्याबरोबर कुठेही जायला, काही काम करायला तयार होत नव्हते. फक्त स्वतःला विसरून नामस्मरण करत राहत होते. हे पाहून त्यांच्या मावशीच्या पतीला त्यांची काळजी वाटू लागली. त्यांना वाटू लागले, 'मी माझ्या जबाबदारीवर याला इकडे आणले. जर त्याला काही झाले तर घरच्यांना मी तोंड कसे दाखवणार? याला पुन्हा घरी घेऊन जाणे चांगले.'

ते विश्वंभरजवळ गेले व त्यांना घरी चलण्याचा आग्रह करू लागले. पण अधीरतेने विश्वंभर उत्तरले, "आता हेच माझे घर आहे. तुम्ही परत जा. मी आता इथेच राहणार आहे." हे ऐकून ते खूप घाबरले. त्यांनी कशीबशी त्यांची मनधरणी करत, शपथा घालून त्यांना घरी परतण्यास तयार केले.

गुरूकडून अनमोल मंत्रदीक्षा घेऊन विश्वंभर नदियाला आले, पण आता त्यांचे जीवन पूर्णपणे बदलले होते. जो विश्वंभर गयेला गेला होता, तो खऱ्या अर्थाने परत आला नव्हता तर तो वेगळा, दिव्य संन्यासी होऊन परत आला होता. विश्वंभराच्या स्वभावात घडलेले परिवर्तन पाहून व त्यांचे बोलणे ऐकून आईचे मन पुन्हा धास्तावून गेले. मोठा मुलगा विश्वरूप याच्याप्रमाणे हासुद्धा संन्यासी होऊन घरातून निघून तर जाणार नाही ना, या विचाराने ती घाबरली. त्याने प्रपंच करावा यासाठी ती ईश्वराला आर्ततेने आळवू लागली.

प्रार्थना करणे माणसाचे काम आहे व त्याचे फळ देणे हे ईश्वराचे! परंतु ईश्वर अशाच प्रार्थना ऐकतो ज्या त्यांच्या दिव्य योजनेनुसार आहेत. कारण तीच ईश्वरलीला आहे. ती दिव्य योजनेनुसार काम करते. माणूस स्वतःच्या हितासाठी, व्यक्तिगत स्वार्थ पूर्ण होण्यासाठी ईश्वराला प्रार्थना करतो. शचिदेवीची अवस्था अशीच झाली होती. व्यक्तिगत स्वार्थ बाजूला ठेवून जर तिने या घटनेकडे पाहिले असते तर विश्वात परिवर्तन घडवून आणणाऱ्या घटनेची ती साक्षीदार ठरली असती. तिचा पुत्र विश्वंभर चैतन्य महाप्रभू होण्याच्या मार्गावर अग्रेसर होता. त्याला विश्वात एका क्रांतिकारी भक्तिआंदोलनाचा प्रारंभ करायचा होता.

•••

अध्याय १७

ज्ञानापेक्षा श्रेष्ठ भोळी भक्ती

भोळी भक्ती व बुद्धिनिष्ठ भक्तीतील फरक

प्रत्येक भक्ताची अवस्था निरनिराळी असते. काही मनापासून भक्ती करतात तर काही बुद्धिनिष्ठ राहून भक्ती करतात. बुद्धिनिष्ठ भक्त भावनेपेक्षा जास्त महत्त्व धार्मिक नियम व कायद्यांना देतो. भक्तिभावनेत रंगून तो पूजा करत नाही तर त्याचे सगळे लक्ष शास्त्र-विधीनुसार पूजा करण्याकडे असते. भक्तिनिष्ठ भक्त या बाह्य गोष्टींना फारसे महत्त्व देत नाही. तो अंतःकरणातून उमटणाऱ्या भक्तिभावनेला जास्त प्राधान्य देतो. भोळी भक्ती व बुद्धिनिष्ठ भक्ती यांतील फरक एका गोष्टीतून समजून घेऊ.

तब्येतीने धष्ट-पुष्ट असा एक मुलगा होता. त्याला सतत भूक लागत असे. एके दिवशी एका दुर्घटनेमुळे त्याचे आई-वडील मरण पावले. म्हणून तो त्याच्या मामा-मामीकडे राहण्यास गेला. पण त्याच्या अति खादाडपणामुळे ते त्रस्त झाले. एके दिवशी रागाच्या भरात त्याच्या मामीने त्याला घराबाहेर काढले. भटकत-भटकत तो एका आश्रमापाशी पोहोचला. तिथे साधकांसाठी मोफत जेवणाची सोय होती. हे पाहून मुलाला खूप आनंद झाला व तो आश्रमात गेला. आश्रमातील महापंडित यांना म्हणाला, "माझे आई-वडील मरण पावले आहेत. माझ्या मामा-मामीने मला घरातून हाकलून दिले आहे. आता मला आश्रयासाठी एकही ठिकाण नाही. मी इथे आश्रमात राहू शकतो का?"

महापंडित दिलदार होते. मुलावर आलेल्या संकटामुळे त्यांचे मन द्रवले. त्यांनी त्याला आश्रमात राहण्याची परवानगी दिली व म्हणाले, "तुला इथे गाईंच्या गोठ्यात काम करावे लागेल, तसेच आश्रमातील काही वरकामे करावी लागतील. याचा मोबदला म्हणून तुझी इथे राहण्याची व जेवण्याची व्यवस्था केली जाईल." हे ऐकून मुलाची सगळी चिंता मिटली. तो तिथे राहून कामे करू लागला. पण त्याला जेवणाची वाट पाहावी लागत होती. आश्रमात खूप लोकांसाठी भोजन तयार करण्यात येत होते. आधी महापंडित देवाची पूजा, आरती करत. त्यानंतर देवाला नैवेद्य दाखवला जाई व मगच सर्वांना भोजन देण्यात येई. अशी तेथील प्रथा होती. त्या मुलाला पूजा-आरती यांत काही रुची नव्हती. फक्त कधी एकदा नैवेद्य दाखवला जातो व मला जेवायला मिळते याचीच तो वाट पाहत असे.

एके दिवशी त्याच्या लक्षात आले, की आज आश्रमात स्वयंपाकाची काहीच तयारी झाली नाही. त्याला काळजी वाटू लागली. कारण त्याला भूक अजिबात सहन होत नव्हती. चौकशी केल्यावर समजले, की त्या दिवशी सर्वांना एकादशीचा उपवास असल्याने स्वयंपाक तयार करणार नव्हते. तिथे एकादशीचा उपवास करण्याची प्रथा होती. त्यामुळे त्या दिवशी जेवण मिळणार नव्हते. हे पाहून मुलगा खूप घाबरला. ताबडतोब तो महापंडितांकडे गेला व म्हणाला, "महाराज, मला भूक अजिबात सहन होत नाही. मी आतापर्यंत कधीच उपवास केला नाही. मी जेवलो नाही तर मी मरून जाईन."

महापंडितांना त्याची दया आली. ते म्हणाले, "नियमाला अनुसरून आज इथे स्वयंपाक होणार नाही, परंतु मी तुझ्यासाठी एक काम करू शकतो. मी तुला स्वयंपाकाची साधन-सामग्री देतो. ती घेऊन तू जवळच्या जंगलात जा व तिथे स्वतःसाठी जेवण बनव. त्यामुळे इथला नियमही मोडणार नाही व तुझी भूक मिटेल."

मुलाला खूप आनंद झाला. स्वयंपाकासाठी लागणारे सर्व सामान घेऊन तो निघाला तेवढ्यात महापंडितांनी त्याला टोकले व म्हणाले, "स्वयंपाक तयार झाल्यावर प्रथम श्रीकृष्णाचे ध्यान कर, त्याच्यासमोर नैवेद्य ठेव. नंतर तू खा, हे लक्षात ठेव."

मुलाला याचे काही विशेष वाटले नाही. त्याने महापंडितांना तसे करण्याचे वचन दिले व तो निघाला. आनंदाने तो आश्रमातून बाहेर पडला व जंगलात गेला. वाळलेली लाकडे गोळा करून, चूल पेटवून त्याने मनापासून स्वयंपाक तयार

केला. नैवेद्य वाढून तो डोळे मिटून महापंडित जे भजन गायचे ते गाऊ लागला...
ओ मेरे मोहन भोग लगाओ...

भजन पूर्ण होताच त्याने डोळे उघडले. त्याला आश्चर्याचा मोठा धक्का बसला. कारण साक्षात श्रीकृष्ण रुक्मिणीसह भोजन करण्यासाठी आले होते. तो विचार करू लागला, "मी तर फक्त श्रीकृष्णांसाठी नैवेद्य वाढला होता. पण आता त्यांची पत्नीसुद्धा बरोबर आली आहे." तो मनातून थोडा खिन्न झाला. कारण त्याने फक्त एका माणसाला पुरेल इतकाच स्वयंपाक केला होता. दोघांनी जेवण केले तर त्याच्यासाठी काहीच उरणार नव्हते. श्रीकृष्ण व रुक्मिणी जेवले व जे काही थोडे अन्न उरले होते ते त्या मुलाने खाल्ले. त्याचे पोट काही भरले नाही. पण काय करणार? आता तर स्वयंपाक करण्यासाठी काही सामानही शिल्लक नव्हते.

पुढच्या महिन्यात जेव्हा एकादशी आली, तेव्हा मुलगा महापंडितांजवळ गेला व म्हणाला, "महाराज, मला या वेळी थोडे जास्त सामान द्या. कारण मागच्यावेळी श्रीकृष्ण रुक्मिणीसह भोजनास आले होते. त्यामुळे माझ्यासाठी थोडेसेच जेवण उरले होते." महापंडितांना वाटले, की हा मुलगा काहीतरी कारणे सांगून जास्त सामान मागत आहे. श्रीकृष्ण थोडेच नैवेद्य खायला येतात! ते मुलाच्या चतुरपणावर मनातल्या मनात हसले व त्यांनी मुलाला मागच्यापेक्षा दुप्पट सामान दिले. मुलगा आनंदाने जंगलात गेला व या वेळी दुप्पट स्वयंपाक तयार केला. नैवेद्य वाढून त्याने डोळे बंद केले व भजन गाऊ लागला.

भजन पूर्ण झाल्यावर त्याने डोळे उघडले. बघतो तर काय? या वेळी श्रीकृष्ण रुक्मिणीबरोबर अजून एक ब्राह्मण आला होता. हे पाहून मुलगा चक्रावला. त्याने विचारले, "हे देवा, तुमच्याबरोबर हे ब्राह्मण कोण आहेत?" श्रीकृष्ण म्हणाले, "हा माझा मित्र सुदामा आहे. मला भेटण्यासाठी आला होता म्हणून त्यालाही इकडे घेऊन आलो."

मुलगा विचारात पडला, "मी तर तीन माणसांसाठी आज स्वयंपाक केला होता. आता हे तिघे जेवल्यानंतर माझ्यासाठी आजही काही शिल्लक राहणार नाही." पण काय करणार? त्यानेच नैवेद्य दाखवून देवाला आवाहन केले होते. त्या तिघांनी पोटभर जेवण केले व मुलाला भरभरून आशीर्वाद देऊन तेथून निघून गेले. मुलगा या वेळीसुद्धा उपाशी राहिला.

पुन्हा पुढची एकादशी आली. मुलाने मागच्या एकादशीची कथा सांगत आपली व्यथा उघड केली. म्हणाला, "महाराज, या वेळी चार माणसांना पुरेल

इतके सामान द्या. कारण मागच्यावेळी श्रीकृष्ण रुक्मिणीसोबत सुदामाही आले होते. त्यामुळे माझ्यासाठी काहीच उरले नाही." या वेळी महापंडितांना मुलाचा राग आला. त्यांना मुलाच्या लोभीपणाची शंका येऊ लागली. याच्यामागे जाऊन या गोष्टीचा छडा लावण्याचे त्यांनी ठरवले. देवाच्या नावाखाली असे खोटे वागणे चांगले नाही याची समज देण्याचा त्यांचा विचार होता. त्यांनी मुलाला चार लोकांना पुरेल इतके सामान दिले. मुलाने स्वयंपाक केला व नैवेद्य दाखवून, डोळे बंद करून भजन गाऊ लागला. भजन पूर्ण झाल्यावर डोळे उघडून बघितले तर श्रीकृष्ण रुक्मिणी व सुदामा यांच्यासह पाच पांडवसुद्धा आले होते. हे पाहून मुलगा आश्चर्यनि थक्क झाला. तो विचार करू लागला, "मी तर फक्त चार माणसांचाच स्वयंपाक केला आहे. आता यामध्ये आठ लोक कसे जेवणार? आज तर माझ्यासाठी अन्नाचा एक कणसुद्धा उरणार नाही."

मुलगा आपल्यासमोर उभ्या असलेल्या श्रीकृष्णाशी बोलत होता. श्रीकृष्ण पाच पांडवांची ओळख करून देत होते. महापंडित लपून हे दृश्य पाहत होते. त्यांना श्रीकृष्ण, रुक्मिणी, सुदामा, पाच पांडव कोणीही दिसत नव्हते. मुलाने स्वयंपाक केला आहे व तो कोणाशीतरी बोलण्याचा अभिनय करत आहे एवढेच त्यांना दिसत होते.

महापंडित हळूच त्याच्याजवळ गेले व त्याच्या खांद्यावर त्यांनी हात ठेवला. मुलाने आश्चर्यनि विचारले, "महाराज, तुम्ही इथे कसे?"

ते म्हणाले, "तुझ्या हातचे जेवण करायला कोण-कोण येतं हे बघायला मी आलो आहे." यावर मुलगा म्हणाला, "तुम्हीच बघा. या वेळी श्रीकृष्ण, रुक्मिणी, सुदामा व पाच पांडवही आले आहेत. मी चार माणसांचाच स्वयंपाक केला आणि आता मोठी अडचण निर्माण झाली आहे."

मुलाचे बोलणे ऐकून महापंडितांना आश्चर्य वाटले. ते म्हणाले, "तुला काहीतरी भ्रम होत आहे. इथे तर कोणीच नाही. तुझ्याशिवाय मला इथे कोणी दिसत नाही. बहुतेक तुला बरं वाटत नसेल. आश्रमात जाऊन आराम कर."

हे ऐकून मुलगा त्रस्त झाला. म्हणाला, "असं का म्हणता? सर्वजण इथे अगदी तुमच्यासमोरच उभे आहेत. तुम्ही दिसत आहात तसेच तेही मला दिसत आहेत."

त्यावर महापंडित म्हणाले, "जर असं असेल तर श्रीकृष्णाला मलाही दर्शन द्यायला सांग." महापंडितांना मुलाबद्दल अविश्वास वाटत होता.

मुलगा श्रीकृष्णाजवळ गेला व म्हणाला, "प्रभू, हे महापंडित आहेत. ते आश्रमाची व्यवस्था बघतात. ते खूप चांगले आहेत. शिवाय ज्ञानीसुद्धा आहेत. ते दीन-दुबळ्यांची सेवा करतात, भुकेलेल्यांना जेवण देतात. कृपा करून तुम्ही यांनाही तुमचे दर्शन द्या."

यावर श्रीकृष्ण म्हणाले, "हा चांगला माणूस आहे, हे मला माहीत आहे. मी यांना ओळखतो. ते महाज्ञानी, महापंडित आहेत. त्यांची योग्यताही मोठी आहे पण त्यांच्यात सरळपणा नाही. त्यांच्यात तो भोळा भाव नाही, जो मला आवडतो. माझे दर्शन होण्यासाठी मनात भोळा भक्तिभाव हवा तरच माझे दर्शन होते. महापंडित मला पाहू शकणार नाहीत."

मुलाने श्रीकृष्णाने सांगितलेल्या सर्व गोष्टी महापंडितांना सांगितल्या. हे ऐकून महापंडितांना खूप मोठा धक्का बसला. त्यांना ग्लानी आली. त्याचबरोबर आपल्या ज्ञानाच्या अहंकाराचा बोध झाला. नंतर त्यांच्या अंतर्मनात परिवर्तन घडू लागले. ज्ञानाच्या व बुद्धीच्या अहंकाराचा त्याग करून ते निर्मळ होऊ लागले. भक्तिभावनेने त्यांचे डोळे भरून आले. जसजसे त्यांचे अंतर्मन निर्मळ होऊ लागले, तसतसे त्यांना श्रीकृष्ण दिसू लागले. श्रीकृष्णाच्या दर्शनाने त्यांचे रोम-रोम प्रसन्नतेने भरून गेले, डोळ्यांतून आनंदाश्रू वाहू लागले.

त्यांनी मुलाला सांगितले, की आता त्यांना श्रीकृष्ण दिसत आहेत. मुलाने श्रीकृष्णाला विचारले, "यांना आधी तुमचे दर्शन होत नव्हते पण आता होत आहे, असं का?" यावर श्रीकृष्ण म्हणाले, "महापंडितांच्या डोळ्यांत प्रेमाची आसवे आहेत हे तू पाहिले नाहीस का? या अश्रूंमुळे त्यांच्या ज्ञानाचा अहंकार धुतला गेला, त्यांची बुद्धी निर्मळ झाली, शुद्ध झाली. आता ते तुझ्यासारखे भोळे भक्त बनले आहेत. म्हणून त्यांना माझे दर्शन होत आहे."

गोष्टीचे तात्पर्य असे, की ईश्वरासमोर बुद्धिचातुर्याचा काही उपयोग नाही. कारण तो स्वतःच सर्वश्रेष्ठ आहे. त्याच्यावर कोणत्याही गोष्टींचा प्रभाव पडत नाही. फक्त निर्मळ, निरागस प्रेमासमोर तो झुकतो. प्रेमामुळे तो स्वतःच भक्ताकडे येतो.

•••

अध्याय १८

'पार'ची भक्ती प्रकट होणे

वैष्णव मताशी सहमती

कधी कधी बाह्य तीर्थयात्रा आंतरिक यात्रा होण्यासाठी कारणीभूत ठरतात. विश्वंभर मिश्रंच्या जीवनात असेच घडले. गयेची यात्रा त्यांच्या अंतरंगातील कृष्णास भेटवण्यासाठी निमित्त ठरली. ते आपले सारे पांडित्य विसरून ध्येयवेडे भक्त झाले होते. बुद्धीच्या वर्तुळातून पूर्णपणे बाहेर पडून 'पार'च्या अवस्थेत पोहोचले होते. त्यांची 'पास'ची अवस्था पूर्णपणे नाहीशी झाली होती. गयेहून परतल्यानंतर त्यांच्या आयुष्यात काय घडले ते पाहू.

गयेहून आल्यानंतर त्यांचा स्वभाव पूर्णतः बदलला होता. आता ते सतत तंद्रीत राहू लागले. त्यांचे आपल्या पत्नीवर आधीइतकेच प्रेम होते परंतु भाव बदलले होते. त्यांचे प्रपंचावरचे प्रेम नाहीसे होऊन आध्यात्मिक प्रेम वाढले होते. ते स्वतःच एका दिव्य अलौकिक प्रेमाचा प्रतिध्वनी झाले होते. पत्नीमुळे त्यांच्या हृदयात निर्माण झालेली प्रेमधारा आता समुद्र बनून हेलकावत होती. सृष्टीतील प्रत्येक जीवावर, निर्जीव गोष्टींवर, जिवंत प्राणिमात्रांवर हे प्रेम बरसत होते. त्यांची दृष्टी जिथे जाई, तिथे प्रेम व करुणा बरसू लागे. त्यांना प्रत्येकात जळी, स्थळी, काष्ठी, पाषाणी कृष्णच दिसत होते. या आनंदात ते न्हाऊन निघत होते. आनंदाच्या भरात ते कधी हसू लागत तर कधी रडत. त्यांना स्वतःची काही शुद्ध राहिली नव्हती. त्यांची पत्नी विष्णुप्रिया त्यांची ही अवस्था जाणून होती.

पण आई ती आईच असते. मुलगा कितीही वयाने मोठा झाला तरी तिच्या लेखी तो लहानच असतो. तिला मुलांची काळजी वाटतच राहते. विश्वंभरांची अशी अवस्था पाहून ती त्यांना समजावत राही, "बाळा, तू इतका ज्ञानी आहेस, तू एवढे पांडित्य मिळवलं आहेस, तुझ्या शाळेत लांबून मुले शिकण्यासाठी येतात, संपूर्ण नदिया गाव तुझ्यासमोर नम्र होते, तुला मान देते, असे असूनही तू अशी अवस्था का करून घेतली आहेस? तू सारखा का रडतोस? तुला काही त्रास होतोय का? असेल तर मला सांग. माझ्याच्याने तुझे हे हाल बघवत नाहीत."

विश्वंभर आईला समजावून सांगत, "आई, कोणत्याही दुःखाने किंवा चिंतेने मी रडत नाही. कृष्णावरच्या प्रेमामुळे, भक्तीमुळे माझ्या डोळ्यांतून अश्रू वाहतात. असीम आनंदातून आलेले हे अश्रू आहेत. माझ्या मनात श्रीकृष्णाची दिव्य छबी ठसली आहे. तिला न्याहाळत मी आनंदात मग्न राहतो. तू माझी ही स्थिती समजू शकत नाहीस. मी या क्षणी अतिशय आनंदात आहे."

गावात बातमी पसरली

दुसऱ्या दिवशी विश्वंभरांच्या अशा अवस्थेची कथा संपूर्ण गावात पसरली. गयेहून आल्यापासून ते पूर्णपणे बदलले आहेत, अशी चर्चा सगळीकडे होऊ लागली. ते वेड्यासारखे वागू लागले आहेत, कधी हसतात, तर कधी रडतात, कधी-कधी तर व्याकूळ होतात असे लोक म्हणू लागले. त्यांची मानसिक अवस्था चांगली नाही असे त्यांना वाटू लागले. हे ऐकून विश्वंभरांचा द्वेष करणाऱ्या पंडित विद्वानांना खूप आनंद झाला. कारण विश्वंभरांच्या बुद्धीपुढे त्यांचा कधी टिकाव लागला नव्हता, त्यांना समाजात मान-सन्मान मिळत नव्हता. देवाने आपोआप आपल्या मार्गातील काटा दूर केला या विचाराने ते खूश झाले.

दुसरीकडे असा एक समुदाय होता जो त्यांच्या अशा अवस्थेमुळे आनंदित झाला होता. तो होता नदिया गावातील तिरस्कृत वैष्णव समुदाय. या वर्गातील लोक नाचून-गाऊन, मस्तीत राहून कृष्णभक्ती करत होते. विश्वंभरांच्या तंद्री लागण्याचे, भावदशेत जाण्याचे किस्से ऐकून त्यांनी त्यांच्या मनात जागृत झालेले कृष्णप्रेम ओळखले. वैष्णव मार्गाला पुढे नेणारा दिव्य पुरुष आला आहे, हे ओळखून ते निश्चिंत झाले होते. वैष्णव मताचे सुखद भविष्य विश्वंभरांच्या हातून निर्माण होणार हे दिसू लागले होते.

नदिया गावात श्रीवास नावाचे संपन्न व सुस्वभावाचे पंडित राहत होते. ते विश्वंभरांच्या स्वर्गीय पित्याचे मित्र होते. गावातील श्रेष्ठ पंडितांमध्ये त्यांची गणना होत होती. त्यांनी लहानपणीच विश्वंभर म्हणजे निमाईला हरिनाम घेत नाचताना, गाताना पाहिले होते. ते त्यांना नेहमी समजावून सांगत होते, की "तू पृथ्वीवर तुझ्या पांडित्याचे प्रदर्शन करायला आलेला नाहीस. तुझा जन्म शिक्षणकार्यासाठीही झालेला नाही. तुझ्यामध्ये मला अदृश्य दिव्य ज्योत दिसत आहे. तू हे निरर्थक, कोरे ज्ञान सोडून दे. आपल्या भक्तीद्वारे कृष्णनामाची ज्योत तेवत ठेव, तिचा प्रसार कर. वैष्णव धर्म स्वीकारून जगाला हरिनामाचा मार्ग दाखव. हरिनामापेक्षा कोणतेही मोठे ज्ञान नाही."

हे ऐकून विश्वंभर हसून त्यांचे बोलणे टाळत असत. कधी-कधी त्यांचे मन राखण्यासाठी सांगायचे, "काका, मी एक दिवस असा वैष्णव बनेन की तुम्ही बघतच राहाल." जेव्हा त्यांनी विश्वंभरांमध्ये आलेल्या सुखद परिवर्तनाची बातमी ऐकली तेव्हा त्यांचे मन आनंदाने भरून गेले. आपले स्वप्न पूर्ण होण्याची चिन्हे त्यांना दिसू लागली. श्रीवासजींनी त्यांना वैष्णवांच्या सत्संगात येण्याचे आमंत्रण दिले. त्यासाठी विश्वंभर आनंदाने तयार झाले.

अनुकूल सत्यसंघाची प्राप्ती

सायंकाळी सर्व वैष्णव मंडळी झांजा, चिपळ्या, मृदंग घेऊन कृष्णनामाचे कीर्तन करत भक्तीत दंग होत होते. विश्वंभर त्यांच्यात सामील झाले. त्यांना आपल्या भावंडांत आल्यासारखे वाटले. आपण उगाच इकडे-तिकडे भटकत राहिलो, आपले मूळ स्थान हेच आहे, हे प्रकर्षाने त्यांना जाणवले. सत्संगात सर्वांबरोबर राहून त्यांच्या मनात आत्मीयता दाटून आली. आनंदाने ते सर्वांबरोबर नाचू लागले, गाऊ लागले. हरी-हरी असे म्हणत ते मूर्च्छित होऊन खाली पडले.

आपल्या स्वभावाला अनुरूप सत्संग मिळाल्याने त्यांना जणू जगातील सर्वांत किमती गोष्ट गवसली होती. आता त्यांचे सारे पांडित्य निसटून गेले होते व ते सतत 'हरी बोल, हरी बोल' म्हणत भक्तीत दंग झाले होते.

स्वभावाला अनुसरून सत्यसंघ प्राप्त होणे ही जगातील सर्व कृपांमधील सर्वांत मोठी कृपा आहे. अशा संघात राहून माणसामध्ये विकासाची उच्चतम शक्यता निर्माण होते. तो कमी वेळात दुप्पट प्रगती करतो.

आपल्या आजूबाजूच्या वातावरणातील ऊर्जा आपल्याला जास्त प्रभावित करते. जर ती ऊर्जा आपल्या ऊर्जेशी तादात्म्य पावली तर अजूनच चांगले.

विश्वंभरांच्या बाबतीत असेच घडले. त्यांची भटकंती अचानक थांबली. जणू काही एखाद्या तहानलेल्या पांथस्थाला थंडगार पाणी मिळावे, दिशाहीनपणे वाहणाऱ्या काडीला किनारा मिळावा. आता ते अशा ठिकाणी पोहोचले होते जिथून त्यांना आपल्या जीवनाचे उद्दिष्ट साध्य करण्यासाठी यात्रेची सुरुवात करायची होती.

भक्ताची प्रार्थना

एकदा श्रीकृष्ण मंदिरात दर्शनासाठी खूप गर्दी झाली होती. विश्वंभरसुद्धा मंदिरात गेले होते. ते भक्तीत दंग होऊन श्रीकृष्णाच्या प्रतिमेपुढे साष्टांग नमस्कार घालत होते. त्याचवेळी तिथे एक वृद्ध स्त्री आली. समोर उभ्या असलेल्या लोकांमुळे तिला श्रीकृष्णाचे दर्शन होत नव्हते. उंच होऊन दर्शन घेण्यासाठी ती विश्वंभरांच्या कमरेवर उभी राहिली व दर्शन घेण्याचा प्रयत्न करू लागली. विश्वंभरांसमवेत आलेल्या एका भक्ताने तिला दरडावले व म्हणाला, "माई, तुला दिसत नाही का? तू माझ्या मित्राच्या अंगावर उभी आहेस. चल बाजूला हो." वृद्ध स्त्री ओशाळली. पटकन खाली उतरून तिने विश्वंभरांचे पाय धरले व क्षमा मागू लागली. ती म्हणाली, "मी कृष्णाचे दर्शन घेण्यात इतकी मग्न झाले होते की मला तुम्ही दिसलाच नाहीत."

विश्वंभरांनी त्या वृद्धेच्या पायाला स्पर्श केला व म्हणाले, "आई, तुम्ही भाग्यवान आहात. तुमचे मन कृष्णभक्तीने इतके भरून गेले आहे, की त्याच्यासमोर तुम्हाला इतर काही दिसत नाही. मी पण असा भाग्यवान असतो तर! माझ्यातही अशी भक्ती निर्माण व्हायला हवी की कृष्णाशिवाय मला काही दिसू नये. तुम्ही धन्य आहात. माझ्यासाठी तुम्ही कृष्णाला प्रार्थना करा. मलाही अशी भक्ती मिळावी."

तुमच्याबाबतीत असे घडले असते तर तुमची काय प्रतिक्रिया झाली असती याचा जरा विचार करून बघा. आजकाल तर लोक लहान-सहान गोष्टींवरूनही मारण्यास व मरण्यास तयार होतात. विश्वंभरांच्या मनात फक्त कृष्णभक्तीची ओढ होती. त्यांनी वृद्ध स्त्रीचे कर्म न पाहता तिच्या अंतरंगातले भाव जाणले व तोच भाव आपल्या मनात जागृत व्हावा यासाठी ते व्याकूळ झाले.

••••

अध्याय १९
वैष्णव मताची पुनर्प्रतिष्ठा

निताईंशी भेट

पाण्यावर तरंगणाऱ्या दोन नावांवर जर एकाच वेळी पाय ठेवले तर कोणती ना कोणती नाव डगमगणारच! विश्वंभरांच्या बाबतीतही असेच घडले. हरिभक्तीचा छंद लागल्यामुळे शाळेकडे त्यांचे दुर्लक्ष होऊ लागले. शिकवण्यामध्ये निर्माण झालेला नीरसपणा पाहून त्यांचे मित्र गंगादास पंडितने त्यांना समजावण्याचा खूप प्रयत्न केला. ते म्हणाले, "विश्वंभर, तू एक शिक्षक आहेस; त्याचबरोबर एक संसारी माणूसही आहेस. मुलांना शिकवणे, गृहस्थधर्माचे पालन करणे तुझे कर्तव्य आहे. तू तुझ्या या स्वधर्माचे पालन कर."

आपली विवशता सांगत त्यांनी उत्तर दिले, "गंगादास, मला हे सगळं माहीत आहे. पण माझा नाइलाज आहे. माझे चित्त थाऱ्यावर नाही. असं वाटतं, की मला आतून कोणीतरी वैष्णवभक्तीकडे खेचत आहे व ते थांबवण्याचे सामर्थ्य माझ्यात नाही. मला क्षमा करा."

अनेकदा सांगून समजावून उपयोग न झाल्याने गंगादासने त्यांची शाळा सोडली. विश्वंभरांचे इतर अनेक मित्र, बरोबरीचे शिक्षक यांनीसुद्धा परोपरीने त्यांना समजावले, सल्ले दिले पण विश्वंभरांच्या हट्टापुढे त्यांचे काही चालले नाही. त्यांच्या अशा वागण्यामुळे त्यांच्या अनेक मित्रांनी त्यांचा अपप्रचार करण्यास सुरुवात केली. निमाई पंडितांना वेड लागले आहे, असे त्यांनी सांगण्यास सुरुवात

केली, पण भक्तांना अशा गोष्टींनी काहीच फरक पडत नाही. ते त्यांच्या आनंदात रममाण असतात.

दुसरीकडे इतर अनेक वैष्णवभक्त होते, जे त्यांची ही उच्च आध्यात्मिक अवस्था समजू शकत होते, त्यांचे गुण, त्यांची लक्षणे त्यांनी जाणली होती, साक्षात कृष्णाची दिव्य लीला त्यांच्याद्वारे घडत आहे व भक्तांना भक्तिमार्ग दाखवत आहे यांवर त्यांचा विश्वास होता. पंडित विश्वंभरांचा आपल्या ज्ञानाचा व पांडित्याचा अभिमान आता नाहीसा झाला होता. पुन्हा ते अबोध, निर्मळ स्वभावाचे निमाई बनले होते, ज्यांनी लहानपणी सर्वांना आपल्या वागणुकीने वेड लावले होते. आता ते पुन्हा कृष्णभक्तीची अभिव्यक्ती करून सर्वांचे मन मोहून टाकत होते.

दिवसागणिक त्यांच्या अनुयायांची संख्या वाढत होती. एखादा शिष्य ज्याप्रमाणे गुरूची आज्ञा पाळतो, त्याप्रमाणे लोक त्याचे ऐकू लागले होते. अशा प्रकारे निमाईंनी आपल्या आजूबाजूला हरिनाम संकीर्तनाचे आंदोलन सुरू केले होते. त्यांच्यासारख्या भक्ताची साथ मिळाल्यामुळे नदिया गावात वैष्णव समुदायाला एक वेगळे स्थान प्राप्त झाले होते. पूर्वीसारखी त्यांची चेष्टा होत नव्हती. पंडित, विद्वान मंडळी आता विचार करू लागली होती, की ज्या अर्थी विश्वंभरांसारखा महापंडित सगळे सोडून या मार्गावरून चालू लागला आहे, त्या अर्थी नक्कीच यात काही तथ्य असणार. आता असे लोक ज्यांना ज्ञानाच्या गोष्टी समजत नव्हत्या ते या भक्तिमार्गावरून चालू लागले. त्यांनाही ईश्वरप्राप्तीचा मार्ग दिसू लागला.

निमाईंचे जोडीदार निताईंचे आगमन
चैतन्य महाप्रभूंच्या महान भक्तिलीलांमध्ये ज्या विभूतीचे मोठे योगदान होते ते नित्यानंद महाराजांचे, जे 'निताई' या नावाने प्रसिद्ध झाले. त्यांना चैतन्य महाप्रभूंच्या पहिल्या शिष्याचा गौरव प्राप्त झाला. तसे अद्वैताचार्य महाराजसुद्धा त्यांच्या सुरुवातीच्या शिष्यांपैकी एक होते. या दोघांनी मिळून भक्तिआंदोलनाची गती तीव्र केली.

निमाई-निताईची जोडी वैष्णव मताची ध्वजवाहक जोडी आहे. जे चैतन्य महाप्रभूंना श्रीकृष्णाचा अवतार मानत होते, ते नित्यानंद महाराजांना बलरामाचा अवतार समजत होते. नित्यानंद महाराज निमाईंचे प्रमुख साथीदार होते. वैष्णव मतवादींच्या मंदिरात दोघांच्या प्रतिमांची पूजा केली जाते. या जोडगोळीने संपूर्ण

जगात हरिनाम संकीर्तनाचा सर्वाधिक प्रचार केला. हातात मृदुंग, झांजा, टाळ, चिपळ्या घेऊन गावोगावी, गल्लोगल्ली, घरापर्यंत ते पोहोचले. कोणताही भेदभाव, उच्च-नीचपणा न बाळगता सर्वांना आपलेसे केले. निताईंशिवाय निमाई अपूर्ण होते. जसे हनुमानाशिवाय श्रीराम! निताई महाराज कोण होते? त्यांची निमाईंशी भेट कशी झाली, हे जाणून घेऊ.

पश्चिम बंगालच्या वीरभूम जिल्ह्यातील एका गावात एक धार्मिक ब्राह्मण मुकुंद पंडित राहत होते. त्यांच्या पत्नीचे नाव पद्मावती होते. त्यांच्या पोटी नित्यानंद महाराजांचा जन्म झाला होता. बालपणीच त्यांच्या मनात भक्तिभाव जागृत झाला होता. ते आपल्या सवंगड्यांबरोबर कृष्णलीला, रामलीला करत होते. अभ्यासातही ते हुशार होते. त्यांनी 'न्यायचूडामणी'ची पदवी प्राप्त केली होती. हळूहळू ते प्रपंचातून विरत होऊ लागले. ते १२ वर्षांचे असताना माधव संप्रदायाचे एक आचार्य पंडित मुकुंदांच्या घरी आले होते. त्यांनी १२ वर्षांच्या बालकातील विलक्षण गुण ओळखले होते. त्यांनी त्यांच्या आई-वडिलांकडे त्याची मागणी केली. आपल्या साधनमार्गातील संन्यासाची दीक्षा त्या मुलाला देण्याचा त्यांचा मानस होता. आई-वडिलांनीसुद्धा या गोष्टीला मान्यता दिली. नित्यानंद महाराजांनी माधव संप्रदायातील संन्याशाकडून दीक्षा घेतली व संन्यासधर्माचे पालन करत ते देशभर भ्रमण करू लागले. श्रीकृष्णाचे कीर्तन करत जवळ-जवळ वीस वर्षे ते भारतभर फिरले. नंतर वृंदावनला पोहोचले व तेथेच त्यांनी मुक्काम ठोकला. तेथून ते नंतर नदिया गावात आले. कारण त्यांना निमाईंच्या साथीने एक मोठी ईश्वरीय योजना पार पाडायची होती.

आपल्या जोडीदाराच्या आगमनाची चाहूल निमाईंना आधीच लागली होती. ते नेहमी सांगत, "लवकरच नदिया गावात एक महापुरुष येणार आहे." नंतर एके दिवशी ते म्हणाले, "तो आला आहे. त्याला आदरपूर्वक घेऊन या." हा महापुरुष दुसरा-तिसरा कोणी नसून नित्यानंद महाराजच होते. नंतर ते निमाईंचा उजवा हात झाले. त्यांनी निमाईंच्या आदेशानुसार दीन-दुःखी, दलित लोकांना वैष्णव बनवले व बंगालमध्ये समाजसुधारणेची व भक्तीची लाट निर्माण झाली.

प्रथम भेटीत निताई-निमाईंच्या आनंदाला पारावर उरला नव्हता. जणू काही खूप वर्षांच्या विरहानंतर एकमेकांना भेटल्याचा भाव त्यांच्या मनात उमटला होता. दोघांमध्ये प्रेमाने चर्चा झाली. त्यांचे आपापसांतील प्रेम पाहून भक्तांच्या मनातही आनंद निर्माण झाला. नित्यानंदांनी निमाईंच्या आईचीही भेट घेतली. त्यांना 'आई'

म्हणून साद घातली. आपण त्यांच्या मोठ्या मुलाला विश्वरूपला भेटलो आहोत, हेही सांगितले. ते सुखरूप आहेत व ईश्वरसाधनेत मग्न असल्याचेही त्यांच्या कानावर घातले. आपल्या मोठ्या मुलाचे कुशल-मंगल ऐकून आईला अत्यानंद झाला. तिला नित्यानंदांमध्ये विश्वरूप दिसू लागला. ती नित्यनंदांना स्वतःचा मुलगा मानू लागली व त्यांना ती आशीर्वाद देऊ लागली.

शचिदेवींनी नित्यानंदांचे नाव 'निताई' ठेवले. पुढे ते याच नावाने प्रसिद्ध झाले. निमाईंची देखभाल, त्यांच्या कीर्तनाचा भार निताईंवर सोपवून ती निश्चिंत झाली. तसे ते निमाईंची सावलीच झाले होते. ते नेहमी निमाईंची काळजी घेत होते. निमाई भावनेच्या आवेशाने जेव्हा मूच्छिर्त होत असत, त्यांना स्वतःची शुद्ध राहत नसे, तेव्हा निताई त्यांचा सांभाळ करत होते.

आता घरातच निमाई, निताई यांची भक्तमंडळी जमू लागली. कीर्तन, भजन, भगवत्चर्चा होऊ लागली. आई व विष्णुप्रिया समाधानी होत्या. कारण आता निमाई त्यांच्या डोळ्यांसमोर वावरत होते. हळूहळू निताई व निमाईंच्या प्रयत्नाने हरिसंकीर्तनाची धारा नदिया गावातून वाहत संपूर्ण बंगालमध्ये पोहोचली.

कर्ता फक्त कृष्ण आहे, दुसरा कोणी नाही

एकदा विश्वंभर कीर्तन करणाऱ्या लोकांमध्ये बसले होते. भक्तगण भजन, कीर्तन करत होते. विश्वंभर तल्लीन होऊन, हरिनाम घेत डोलत होते. सर्वांना माहीत होते, की विश्वंभर कृष्णभक्तीत लीन झाले, की त्यांचे देहभान हरपते पण जर एखाद्याने कृष्णाचे नाव घेतले तर मात्र ते लगेच भानावर येतात. त्यांच्या या अवस्थेची परीक्षा घेण्यासाठी तिथे उपस्थित असलेल्या एकाने त्यांची चेष्टा केली.

तो त्यांच्याजवळ जाऊन मोठमोठ्याने ओरडू लागला, "तिकडे पाहा, कृष्ण आले आहेत. साक्षात कृष्ण समोर आहेत." विश्वंभर बावचळून उभे राहिले व वेड्यासारखे इकडे-तिकडे पाहू लागले, विचारू लागले, "कुठे आहे कृष्ण, माझा कृष्ण कुठे आहे?" तो माणूस म्हणाला, "तो पाहा, तिकडे उभा आहे."

विश्वंभरना कोणीही तिथे दिसेना. व्याकूळ होऊन त्यांनी विचारले, "कुठे आहे, सांग तरी. मला का दिसत नाहीत?"

त्याने उत्तर दिले, "अरे तिकडे पाहा. तिथे सरोवराजवळ आहे." हे ऐकून विश्वंभर वेगाने सरोवराकडे पळत सुटले. कृष्णाला शोधण्याच्या नादात त्यांनी सरोवरात उडी घेतली.

सरोवरात गटांगळ्या खात असताना तिथे असलेल्या भक्तांनी व शिष्यांनी त्यांना कसेबसे पाण्याबाहेर आणले. त्यांची अवस्था अशी झालेली पाहून लोक त्या माणसाला रागावू लागले. त्याने विश्वंभरांची अशी चेष्टा केल्यामुळे लोक त्याला मारायला धावले. त्याचवेळी विश्वंभर उठले व म्हणाले, "अरे, याला काही करू नका. त्याने काही केले नाही. कृष्णाने माझी चेष्टा केली आहे, त्याने माझी थट्टा केली आहे. त्यानेच मला सरोवरात फेकले व त्यानेच मला वाचवले आहे."

विश्वंभरांचा दृष्टिकोन असा बदलला होता. त्यांना प्रत्येकात व प्रत्येक ठिकाणी कृष्णच दिसू लागला होता. त्यांच्याबाबत जे काही घडत असे त्याचे कर्तेपण ते कृष्णाकडे देत होते. सर्व गोष्टींसाठी कृष्णच कारणीभूत आहे, असे मानू लागले होते. म्हणून ते सदोदित आनंदी राहू लागले होते. आता ते पूर्णपणे 'पार'ची अवस्था प्राप्त केलेले भक्त झाले होते.

•••

अध्याय २०

विरोधकांचाही उद्धार

मित्र-वैरी यांच्यात समभावना

जगात जी काही घटना घडते, मग ती चांगली असो वा वाईट, ती सर्व ईश्वराची लीला आहे. हे सत्य वारंवार सांगितले गेले आहे. प्रत्येकजण जो अभिनय करत आहे, जे भाष्य करत आहे, ते सर्व ईश्वरानेच लिहिलेले आहे. रावणातसुद्धा तोच राम (सेल्फ) आहे, जो दशरथपुत्र रामात आहे.

चैतन्य महाप्रभूंच्या लीलेशी निगडित अशी एक गोष्ट आहे जी हे सत्य प्रकाशात आणते.

एकदा प्रभूच्या लीलेमुळे नकारात्मक भूमिका करणारे लोक प्रभूकडे आले व त्यांना विनवू लागले. नकारात्मक भूमिका म्हणजे जसे रामलीलेमध्ये रावण, कृष्णलीलामध्ये कंस, जरासंध, नरसिंह लीलेमध्ये हिरण्यकश्यपू वगैरे... ते ईश्वराला म्हणाले, "हे प्रभू! तुम्ही जेव्हा पृथ्वीवर अवतार घेता, तेव्हा भक्तांवर खूप प्रेम करता, भक्ती अनुभवता; पण आम्ही मात्र यांपासून वंचित राहतो. आमचा अंत नेहमी तुमच्या हातूनच होतो, आम्हाला मुक्ती मिळते व जगाला काही ना काही शिकवण मिळते. हे जरी खरे असले, तरी आम्हाला भक्तांची भूमिका वठवणाऱ्यांना मिळणारा आनंद, सुख मिळत नाही. आम्हालाही ते सुख, तो आनंद अनुभवायचा आहे, तुमच्या प्रेमाचा आस्वाद घ्यायचा आहे."

ईश्वराने त्यांची मनधरणी लक्षपूर्वक ऐकली व म्हणाले, "ठीक आहे. कलियुगात मी असा अवतार घेईन ज्यामुळे नकारात्मक चरित्र वठवणाऱ्यालासुद्धा माझ्या प्रेमाचा व भक्तीचा प्रसाद मिळेल. त्यांना मुक्तीही मिळेल व त्याचबरोबर माझे प्रेम व सान्निध्य प्राप्त करून ते आनंदी होतील."

श्रीकृष्णाने हे वचन चैतन्य महाप्रभूंचा अवतार घेऊन पूर्ण केले असे सांगितले जाते. चैतन्य महाप्रभू फक्त आपल्या अनुयायांवर प्रेम व कृपा करत नव्हते तर विरोध करणाऱ्या लोकांवर, शत्रूंवरदेखील प्रेम करत होते. त्यांच्या चैतन्यलीलेमध्ये जो विरोधी म्हणून आला तो भक्त होऊन गेला. त्यांच्यापासून दूर न जाता तो त्यांच्याबरोबर राहिला, निरंतरपणे आनंदवर्षावात न्हाऊन निघाला. हाच तो चैतन्य महाप्रभूंच्या लीलेचा प्रसाद होता, जो स्वकीय-परकीय, मित्र-शत्रू यांच्यात सम-समान वाटला गेला.

अशा दोन नकारात्मक चरित्र निभावणाऱ्यांच्या गोष्टी ऐकून, जे विरोधी होऊन आले होते पण भक्त होऊन त्यांच्याजवळ राहिले.

मुस्लीम काजीचे समर्पण

निमाईंमुळे नदिया गावात हरिनामाची गंगा वाहू लागली होती. त्यामुळे ते लोकप्रिय होऊ लागले होते. दलित, पतित वर्ग मोठ्या संख्येने त्यांचे अनुयायी होत होते. भक्तांमध्ये ते 'महाप्रभू' या नावाने ओळखले जाऊ लागले होते. गावात काहीजणांना त्यांच्याबद्दल ईर्षा वाटू लागली होती. म्हणून त्यांच्या मार्गात अडथळा आणण्यासाठी ते वेगवेगळी शक्कल लढवू लागले.

काही लोकांनी त्यांच्या विरोधात नदियाच्या मुसलमान काजींचे कान भरण्यास सुरुवात केली. त्या काळी बंगालमध्ये मुस्लीम लोकांचे शासन होते. काही ब्राह्मणांनी मुस्लीम काजीकडे जाऊन निमाईंची तक्रार केली. त्यांनी सांगितले, "तो लोकांना भडकावत आहे. शहरात जोरजोराने कीर्तन करण्यास परवानगी नाही. तरीसुद्धा त्याचे लोक उघड-उघड ढोल, मृदुंग, झांजा, चिपळ्या वाजवत कीर्तन करत फिरत आहेत."

काजीने या तक्रारीची गंभीरपणे दखल घेतली व आदेश जारी केला की कोणीही अशा प्रकारे कीर्तन करत रस्त्यांवरून हिंडू नये अन्यथा त्याला अटक करण्यात येईल. पण महाप्रभू हरिनाम घेणे थोडेच थांबवणार होते? जास्तीत जास्त लोकांपर्यंत हरिनामाचे अमृत पोहोचवणे हेच तर त्यांचे उद्दिष्ट होते.

महाप्रभूंनी कीर्तनकारांना सांगितले, "आधीप्रमाणे कीर्तन होईल. त्यात कोणताही बदल होणार नाही." महाप्रभूंच्या आदेशानुसार सर्वजण आधीप्रमाणे कीर्तन करत हरीनामाचा उद्घोष करत रस्त्याने जाऊ लागले. त्यामुळे काजीच्या शिपायांनी त्यांना मारझोड केली, त्यांचे मृदुंग फोडून टाकले. महाप्रभूंच्या कानावर ही बातमी गेली. त्यांनी कीर्तनकारांना एकत्र बोलावले व काजीच्या घरासमोर सर्वांनी जोरजोरात कीर्तन करण्यास सुरुवात केली. हे एका अर्थी त्यांचे विनम्रपणे केलेले अवज्ञा आंदोलन होते. हरिनाम घेण्यासाठी बंदी आणल्याबद्दल त्यांनी आंदोलन पुकारले होते.

महाप्रभू शांत होते व भक्तीत लीन झाले होते, परंतु त्यांच्याबरोबर आलेला जनसमुदाय उग्र रूप धारण करू लागला होता. इतक्या मोठ्या संख्येने आलेल्या लोकांनी काजीला घेरले होते. त्यामुळे काजीला स्वतःच्या जीवाची काळजी वाटू लागली. त्यांनी बुद्धिचातुर्य दाखवून गर्दीला शांत करण्याच्या हेतूने सांगितले, "निमाईंना मी लहानपणापासून ओळखतो. तो खूप चांगला मुलगा आहे. माझे त्याच्याशी कोणतेही शत्रुत्व नाही." त्यांनी निमाईंचे स्वागत केले, त्यांचा सत्कार करून त्यांच्याशी चर्चा करू लागले. बघता-बघता त्यांच्यामध्ये पवित्र कुराण व हिंदू शास्त्रांविषयी चर्चा सुरू झाली. काजी निमाईंसमोर नतमस्तक झाले. त्यांच्या लक्षात आले, की महाप्रभूंद्वारे होणाऱ्या कीर्तनांमुळे ना प्रशासनाला काही धोका आहे ना समाजाला. उलट ते लोकांमध्ये जागृती आणण्याचे कार्य करत आहेत. त्यांनी तत्काळ घोषणा केली, की या संकीर्तन आंदोलनात कोणीही अडथळा आणू नये. त्याचबरोबर त्यांनी निमाईंना सर्वतोपरी मदत व सुविधा देण्याचे कबूल केले.

आपले संकल्प जर योग्य असतील, भावना शुद्ध असतील तर कोणालाही घाबरण्याचे काही कारण नसते हेच वरील घटना सांगते. ईश्वर आपल्याला मदत करतो. आपल्या प्रभावामुळे विरोधकसुद्धा मित्र बनतात.

या घटनेनंतर निमाई व निताईंचे आंदोलन अजून जोरदारपणे सुरू झाले. आता त्यांना प्रशासनाचीही साथ मिळाली होती. जो कोणी त्यांच्या मार्गात अडथळा आणी, तो अनायासे दूर होई अथवा महाप्रभू त्याचे हृदयपरिवर्तन करून त्याला आपलासा करून घेत. अशा प्रकारे त्यांच्या मंडळात विरोधी लोकही भक्त होऊन त्यांना सामील झाले होते.

जगाई-माधाईचा उद्धार

एकदा निताई महाराज कीर्तन मंडळींना मार्गदर्शन करत चालले होते. त्यांच्यासमवेत महाप्रभूंचे प्रिय भक्त हरिदास होते. रस्त्याने जात असताना त्यांनी बघितले, की जगाई व माधाई नावाचे दोन भाऊ आपसांत भांडत होते. वास्तविक ते चांगल्या ब्राह्मण परिवारातील होते, परंतु कुसंगतीमुळे ते व्यसनी व व्यभिचारी झाले होते. ते लूटमारी करू लागले होते. येणाऱ्या जाणाऱ्या वाटसरूंना ते त्रास देऊ लागले होते.

निताई व हरिदासांनी त्यांना हरिनामाचे अमृत पाजण्याचे ठरवले. त्यांना वाटले, महाप्रभूंच्या कृपेने ह्यांची बुद्धी शुद्ध होईल. असा विचार करून ते त्या दोघा भावांजवळ गेले व कीर्तन करू लागले.

दुष्ट वृत्तीच्या लोकांना हरिनाम कसे सहन होणार? कीर्तन ऐकून त्यांना खूप राग आला व ते निताई महाराजांवर ओरडू लागले, "भिकारी कुठचे! इथून निघून जा. देवाच्या नावाखाली भिक्षा मागता. तुम्हाला लाज कशी वाटत नाही?"

यावर हरिदास म्हणाले, "आम्हाला तुमच्याकडून पैशांच्या रूपात भिक्षा नको. आम्हाला तुम्ही फक्त हरिनामाची भिक्षा घाला. आमच्याबरोबर थोडा वेळ हरीचे भजन करा." असे ऐकल्यावर ते इतके रागावले की निताई व हरिदासांना मारण्यासाठी त्यांच्या मागे धावत सुटले. एवढ्यावरच ते थांबले नाही. एकाने एक दगड उचलला व निताई महाराजांच्या दिशेने जोरात फेकला. तो डोक्याला लागला.

दगड लागल्यामुळे निताई महाराजांच्या डोक्यातून रक्त वाहू लागले. निताई महाराज दयाळू होते. त्यांना रागावण्याऐवजी ते त्यांना म्हणाले, "तुम्ही मला दगड मारलात, हरकत नाही. पण पश्चात्ताप म्हणून हरिनाम घ्या." हे ऐकून दोघा भावांना आश्चर्य वाटले. पण वृत्ती वाईट ती वाईटच! इतक्या सहजपणे कशी जाणार? त्यांनी त्यांचे वागणे सोडले नाही व ते भक्तांना त्रास देऊ लागले.

निमाईंपर्यंत ही बातमी पोहोचली. भावाप्रमाणे असलेल्या आपल्या लाडक्या भक्ताला त्रास दिल्याने त्यांना आयुष्यात प्रथमच खूप राग आला. ते धावतच तिथे पोहोचले. असे सांगितले जाते, की त्या वेळी कृष्णावतार असलेल्या चैतन्य महाप्रभूंनी आपल्या भक्ताच्या रक्षणासाठी आपली लीला विसरून सुदर्शन चक्राला आवाहन केले, जेणेकरून त्या दुष्टांची मस्तके धडावेगळी होतील. त्यांचे असे रूप पाहून निताई महाराजांनी त्यांच्या पायावर डोके ठेवले व म्हणाले, "प्रभू, दया करा, त्यांना अभय द्या. माझ्यासारख्या साधारण जीवासाठी तुम्ही तुमच्या सौम्य रूपाचा त्याग करू नका."

महाप्रभूंची ही लीला पाहून जगाई व माधाई चकित झाले. त्यांना आपल्या दुर्वर्तनाची व चुकांची जाणीव झाली. त्यांनी महाप्रभूंचे पाय धरले. महाप्रभू दयासागर होते. महाप्रभूंनी त्यांच्याकडून वचन घेतले, की त्यांची सारी पापकर्मे, दुराचार, व्यसने सोडून देतील आणि फक्त हरिनामाचे सेवन करतील. नंतर त्यांनी महाप्रभूंची शरणागती स्वीकारली. दोघे भाऊ या गोष्टीला तयार झाले. त्यांनी आपल्या सर्व वाईट सवयींचा त्याग केला व भक्त होऊन महाप्रभूंच्या संकीर्तन मंडळात सामील झाले. चैतन्य महाप्रभूंसारख्या संतांची उपस्थिती सर्व घडवून आणते. महाप्रभूंचे आभामंडळच असे होते, की जो त्यांच्या निकट जाई, त्याची पापबुद्धी आपोआप नष्ट होत होती व बुद्धी शुद्ध होत होती.

आपल्या जीवनाच्या काळखंडात चैतन्य महाप्रभूंनी अशा कितीतरी पतित व पापी लोकांचा प्रेमाने व दयाभावनेने उद्धार केला.

•••

अध्याय २१
चैतन्य महाप्रभूंचे संन्यास ग्रहण

भक्ती व विरक्तीचे दर्शन

आध्यात्मिक पुरुषांच्या लीलेमध्ये एक अडचण असते. जे लोक त्यांच्या भूतकाळाबद्दल अनभिज्ञ असतात, जे व्यक्तिगत रूपात यांना ओळखत नाहीत, ते अशा महापुरुषांसमोर सहजपणे समर्पित होतात. त्यांची त्यांच्यावर श्रद्धा असते. त्यामुळे त्यांचा आध्यात्मिक विकासही वेगाने होतो. या महापुरुषांचे निकटवर्ती लोक उदाहरणार्थ, कुटुंबातील सदस्य, मित्र, आप्तस्वकीय, सहाध्यायी, इतर ओळखीचे लोक इत्यादी त्यांच्या दृष्टीने असे महापुरुष सामान्य माणसासारखेच असतात. त्यामुळे ते त्यांचा मोठेपणा, विशालता जाणू शकत नाही, त्यांच्यासमोर नतमस्तक होऊ शकत नाहीत. चैतन्य महाप्रभूंच्या बाबतीत असेच होते. त्यांची आई त्यांना स्वतःचा मुलगा मानत होती. त्यामुळे त्यांच्या विराट व्यक्तिमत्त्वाकडे तिचे दुर्लक्ष झाले. इतर मुलांप्रमाणे त्यांनीही आपल्या जवळ राहावे व गृहस्थधर्माचे पालन करावे असे तिला वाटत होते.

चैतन्य महाप्रभूंचे बरेचसे सहकारी व शिक्षकमित्र यांचीही त्यांच्याकडून अशीच अपेक्षा होती, की त्यांनी शिकवण्याच्या कामात लक्ष घालावे व हा वेडेपणा सोडून द्यावा. चैतन्य महाप्रभूंना फक्त आपल्याला शरण आलेल्या भक्तांचीच चिंता नव्हती, तर ज्यांचे अज्ञान व अहंकार त्यांना वाकू देत नव्हता अशा लोकांचीही चिंता वाटत होती. अशा लोकांचा उद्धार करण्याच्या हेतूने त्यांनी संन्यास घेण्याचे ठरवले. त्यांनी संन्यास कसा घेतला, हे समजून घेऊ.

भक्तिभावनेने भारलेल्या दलित व पतित लोकांना विश्वंभरांनी आपल्या संकीर्तनात सामावून घेतले. या व्यतिरिक्त जगाई-माधाईसारख्या दुष्ट व पापी लोकांचे हृदयपरिवर्तन करून त्यांनाही आश्रय दिला. त्यामुळे फक्त नदिया गावातच नाही तर संपूर्ण बंगाल देशात त्यांची ख्याती झाली. त्यांचे भक्तिआंदोलन एखाद्या क्षेत्रापर्यंत मर्यादित राहिले नाही तर भौगोलिक सीमा ओलांडत दूरवर पोहोचले. नदिया व आजूबाजूच्या परिसरात त्यांना कृष्णाचा अवतार समजू लागले होते. एकदा एखाद्याने या गौरांगाचे दर्शन घेतले की तो सर्वस्वी त्यांचा होऊन जातो, असे सर्वजण म्हणू लागले होते. त्यामुळे लोक सहजपणे त्यांना शरण येत होते. काही लोकांना मात्र अजूनही त्यांच्या आध्यात्मिक अवस्थेबद्दल संशय येत होता. ते त्यांना सामान्य भक्त समजत होते.

एक दिवस महाप्रभूंच्या मनात विचार आला, की मी लोकांच्या दृष्टीने अजूनही गृहस्थ आहे म्हणून ते माझ्या शिक्षकी पेशाच्या कर्तव्याचा व कुटुंबाकडे लक्ष देण्याचा सल्ला देत असतात. त्यांना माझे उद्दिष्ट समजत नाही. जर मी विधिपूर्वक संन्यास घेतला व या सर्व गोष्टींचा त्याग केला तर असे होणार नाही. मग ते मला कोणत्याही प्रापंचिक गोष्टींचा आग्रह धरणार नाहीत व त्यांना माझ्याबद्दल आदर व श्रद्धा वाटेल. त्या काळी भारतात संन्यासी लोकांबद्दल लोकांच्या मनात श्रद्धा होती. लोक त्यांच्या सांगण्याचा मान ठेवत होते, त्यांना सन्मान देत होते. म्हणून त्यांनी विधिपूर्वक संन्यास घेण्याचा निश्चय केला. त्या वेळी नदिया गावात केशव भारती नावाचे मायावादी संन्यासी आले होते. महाप्रभूंनी त्यांना स्वतःच्या घरी भोजनाचे आमंत्रण दिले व विनम्रपणे आपल्याला संन्यासदीक्षा देण्याबद्दल सांगितले. वास्तविक केशव भारती वैष्णव संप्रदायाचे नव्हते तरीसुद्धा त्यांनी महाप्रभूंच्या आग्रहाखातर त्यांना संन्यासाची दीक्षा दिली.

महाप्रभूंचे संन्यासग्रहण हे बाह्यतः केलेले कर्मकांड होते. मनाने ते कधीच संन्यासी बनले होते. त्यांची आंतरिक अवस्था इतकी पराकोटीची होती, की त्यांना कोणत्याही वर्णात व आश्रमात बांधता येणे शक्य नव्हते. ते संन्यास व प्रपंच या दोहोंच्या पलीकडे पोहोचले होते. त्यांच्या दृष्टीने एखाद्या वैष्णवाकडून अथवा इतर मताच्या अनुयायाकडून दीक्षा घेणे यांत काही फरक नव्हता. फक्त लोकांसाठी त्यांनी ही औपचारिकता पूर्ण केली.

चैतन्य महाप्रभूंबरोबर त्यांच्या पत्नीनेही संन्यास घेतला. तिने ना विधिपूर्वक संन्यास घेतला ना कोणाकडून दीक्षा घेतली, ना गृहत्याग केला; पण ती मायेतून

विरक्त झाली होती. तिच्या मनात भक्तिभाव निर्माण झाला होता. घरात राहून गृहस्थीपणाच्या सर्व जबाबदाऱ्या सांभाळून ती एखाद्या संन्यासिनीप्रमाणे वागत होती. ज्याप्रमाणे सीतेने रामाला, ऊर्मिलेने लक्ष्मणाला, यशोधरेने सिद्धार्थ गौतमाला त्यांच्या अभिव्यक्तीमध्ये सहयोग केला, त्याप्रमाणे विष्णुप्रियानेही विश्वंभरांना साथ दिली. तिने त्यांच्या वाटेत कधीही अडथळा आणला नाही. पती गेल्यानंतरही ती संन्यासी जीवन जगली. दांपत्य जीवनाचे मर्म सांगणारी ही गोष्ट आहे. पति-पत्नीने पृथ्वीलक्ष्य प्राप्त करण्याच्या उद्दिष्टाने एकमेकांना साथ दिली पाहिजे, व्यक्तिगत स्वार्थापोटी अडथळा बनता कामा नये.

वयाच्या चोविसाव्या वर्षी महाप्रभूंनी गृहस्थधर्माचा त्याग केला व संन्यास घेतला. वैष्णव धर्माची ध्वजा घेऊन कुठेही न थांबता ते अग्रेसर झाले.

●●●

अध्याय २२

संपूर्ण भारतात संकीर्तन क्रांती

भक्तिप्रसादाचे वितरण

चैतन्य महाप्रभू राधाभावनेचे अवतार होते. राधाभाव म्हणजे ईश्वरीय प्रेम व समर्पणाची पराकाष्ठा. भक्तीची सर्वोच्च अवस्था! महाप्रभूंचे भक्तिआंदोलन जोरदारपणे सुरू होते. त्यांच्या दृष्टीने भक्ती करणे म्हणजे कोणत्याही वेद-शास्त्रात लिहिलेल्या नियमांचे पालन करत भक्ती करणे नव्हते, त्यासाठी कोणतीही तप-साधना, व्रत, उपवास करणे नव्हते तर फक्त मनात राधेसारखे प्रेम व समर्पण करून हरिनामाचा गजर करत, स्वतःला विसरून, नाचत-गात कृष्णाला प्राप्त करून घेणे होते.

औपचारिकरीत्या संन्यास ग्रहण केल्यानंतर चैतन्य महाप्रभूंनी आपल्या शिष्यांसमवेत वेगवेगळ्या ठिकाणी यात्रा केली. ते जगन्नाथपुरी, तसेच बंगालमध्ये वेगवेगळ्या ठिकाणी गेले. त्यांनी वृंदावनाचाही पुनरुद्धार केला. ते काशी, दक्षिण भारत, ओरिसा इत्यादी ठिकाणी फिरले. जिथे-जिथे ते गेले तिथला ढोंगीपणा दूर झाला. लोकांनी मिथ्याचरण सोडून दिले. ते त्यांचे भक्त बनले. मोठमोठे ज्ञानी पंडित आपल्या ज्ञानाचा त्याग करून त्यांना शरण गेले व त्यांच्या संकीर्तनात भान विसरून भक्तीत रमले.

दक्षिण भारतात त्यांनी लोकांच्या मनात हरिनामाची आवड निर्माण केली. त्यांनी जगन्नाथ पुरीची यात्रा केली. तिथेसुद्धा हरिकीर्तनाद्वारे लोकांमध्ये जागृती आणण्याचे कार्य केले. १८ वर्षे ते ओरिसामध्ये राहिले. सहा वर्षे ते दक्षिण भारत,

वृंदावन या ठिकाणी फिरले व लोकांच्या मनात भक्ती जागवली. सहा वर्षे त्यांनी मथुरा ते पुरीपर्यंत कृष्णभक्तीचा प्रचार केला व लोकांचा अनावश्यक ढोंगीपणा दूर केला. जटिल, कठीण तपस्या वाटणारे अध्यात्म त्यांनी उत्सवाप्रमाणे सहज केले व त्यांत रुची निर्माण केली. याच्याशी संलग्न असलेली एक गोष्ट पाहू.

एकापासून अनेक होण्याचा चमत्कार

जगन्नाथपुरीच्या यात्रेदरम्यान एकदा चैतन्य महाप्रभू भगवान जगन्नाथाच्या रथयात्रेमध्ये हरिनामाचे कीर्तन करत नाचत होते. संकीर्तनाची वेगवेगळी अशी सात पथके होती. भक्तगण मृदुंग, ढोल-ताशे, टाळ-चिपळ्या वाजवत कीर्तन करत चालला होता. चैतन्य महाप्रभूंच्या लीलेमुळे सर्व पथकांमधील भक्तांना आपण महाप्रभूंच्या पथकात असल्यासारखे वाटत होते. त्यामुळे त्यांच्या सान्निध्यात राहून भक्तीत रमण्याचा आत्मिक आनंद त्यांना मिळत होता.

चैतन्य महाप्रभूंची ही लीला श्रीकृष्णाच्या रासलीलेप्रमाणे होती. रासलीलेमध्ये कृष्ण, राधा व गोपिकांसह बासरी वाजवत नृत्य करत होते. या नृत्य अभिव्यक्तीला रासलीला म्हटले जाते. रासलीलेमध्ये सामील झालेल्या प्रत्येक गोपिकेला कृष्ण आपल्यासमवेत नृत्य करत आहे, आपल्याकडे पाहून बासरी वाजवत आहे असे वाटत असे. त्यामुळे ती आनंदाने कृष्णभक्तीत रंगून नाचत-गात राहत असे. हे रासलीलेचे वैशिष्ट्य होते. चैतन्य महाप्रभू आपल्याबरोबर नाचत-गात कीर्तन करत आहेत, असे प्रत्येक भक्ताला जाणवत असे. हा अनुभव म्हणजे कोणताही बाह्य चमत्कार नाही तर ही एक आंतरिक अवस्था आहे, जी या गोष्टीच्या माध्यमातून सांगितली आहे. जेव्हा भक्त आपल्या ईश्वराबरोबर अंतःकरणापासून तादात्म्य पावतो, 'मी'पणा विसरून त्या परमचेतनेत लीन होतो, तेव्हा त्याला जळी, स्थळी, काष्ठी, पाषाणी त्या चेतनेची उपस्थिती जाणवते. हे रहस्य शब्दांत सांगता येणे कठीण आहे. म्हणून गोष्टीच्या माध्यमातून ते सांगितले जाते. तसे पाहता सर्व सृष्टी ही ईश्वराचीच लीला आहे. सर्वजण तिच्यासमवेत, तिच्याच छंदात नृत्य करत आहेत. काहीजणांना हे रहस्य समजते तर काहींना ते समजत नाही.

भक्तीला उत्तेजना देणारे भक्त व गुरू

उत्तेजना देणे म्हणजे इतरांमध्ये गुण किंवा भाव वृद्धिंगत करणे. चैतन्य महाप्रभू भक्तीला उत्तेजना देणारे भक्तही होते व गुरूही होते. एक खरा भक्त फक्त

ईश्वराचीच भक्ती करत नाही तर आपल्या आचरणाने इतरांमध्ये भक्ती निर्माण करण्यास कारणीभूतही ठरतो. चैतन्य महाप्रभूंनी हे काम जन्मापासूनच करण्यास सुरुवात केली होती. लहान असताना रडता-रडता इतरांना हरिनाम घेण्यास भाग पाडत होते, रडून त्यांनी आईची भक्ती वाढवली.

गुरुस्थानी राहून त्यांनी अनेक भक्त व शिष्य तयार केले. महाप्रभूंनी भक्ताच्या भूमिकेत राहून आठ भक्तिपूर्ण श्लोकांची रचना केली, गुरू म्हणून नाही. त्यांच्या भक्तिपूर्ण श्लोकांमुळे लोकांमध्ये भक्ती वाढली ही गोष्ट वेगळी. गुरुस्थानी राहून त्यांनी आपल्या शिष्यांना कृष्णभक्तीने ओत-प्रोत अशा रचना लिहायला सांगितल्या, जेणेकरून त्या वाचून लोकांमध्ये कृष्णभक्ती जागृत होईल.

जगन्नाथ रथयात्रेदरम्यान ते भक्त होऊन भान हरपून नाचत-गात जात होते. एकदा त्यांनी रथावर विराजमान झालेल्या जगन्नाथाचे दिव्य स्वरूप पाहिले व ते बेभान झाले. त्यांच्या डोळ्यांतून आनंदाश्रू वाहू लागले. त्यांनी जमिनीवर साष्टांग नमस्कार घातला. इतक्या गर्दीत त्यांच्या अंगावर कोणाचा पाय पडला तरी त्यांना त्याचे भान नव्हते, त्यांना काही त्रास झाला नाही. त्यांचा हा भक्तिभाव पाहून सर्वजण मंत्रमुग्ध झाले व अशी ईश्वरभक्ती प्राप्त व्हावी यासाठी प्रार्थना करू लागले.

काही वेळाने उठून गुरूच्या भूमिकेतून सर्व व्यवस्था बघू लागले. ते सर्व भक्तांच्या राहण्याची, खाण्या-पिण्याची व्यवस्था बघत होते. भक्तांना ते भक्तीची शिकवण देत, त्यांच्या अडचणींचे निवारण करत, तसेच त्यांच्या प्रश्नांची उत्तरे देत असत. त्यांच्यासारख्या प्रेमळ गुरूच्या सहवासात भक्तांना आपल्या परिवाराचा विरह जाणवतही नसे, उलट आनंदात राहून ते भक्तीत दंग होत असत.

•••

अध्याय २३
अंतिम दर्शन देहान्त लीला

हरी बोल आणि शुद्ध हो

धार्मिक धाकामुळे त्रासलेले लोक जेव्हा चैतन्य महाप्रभूंच्या संपर्कात आले, तेव्हा त्यांनी सांगितले, "तुम्ही फक्त हरीचे नामस्मरण करा. नामस्मरणामुळे तुम्ही शुद्ध व परिसाप्रमाणे व्हाल. इतर कोणतेही प्रायश्चित्त घेण्याची गरज नाही." धर्माचे ठेकेदार धार्मिक ग्रंथ बाजूला सारून स्वतःचा स्वार्थ साधण्यासाठी धर्माला अवघड करू लागले होते. लोकांनी वेद, धार्मिक पुस्तके वाचून स्वतःचा मार्ग शोधावा असे त्यांना वाटत नव्हते. असे झाले तर त्यांना स्वतःचा स्वार्थ कसा साधता येणार?

जीवनाच्या अशा कठीण समयी चैतन्य महाप्रभूंनी सर्वांसाठी भक्तीचा मार्ग खुला केला. समाजाने बहिष्कृत केलेल्या लोकांच्या घरी जाऊन ते भिक्षा मागत होते. ते सांगत, "आधी तू हरी बोल... ईश्वरासाठी हरी बोल... देवासाठी हरी बोल... स्वतःसाठी हरी बोल..." प्रत्येकाला सांगत राहत, 'हरी बोल... मी तुझ्या पाया पडतो, पण हरी बोल.'

जस-जसे लोक त्यांच्या संपर्कात येत गेले, तसतसे ते या मार्गावरून जाणारे भक्त बनले व त्यांच्याशी जोडले गेले. लोकांनाही आश्चर्य वाटत होते, की ज्यांनी कधीही ईश्वराचे नाव घेतले नव्हते ते आज कीर्तन करत आहेत, नाचत आहेत. समाजाची दिशाच बदलून गेली होती.

त्यांच्या जीवनात राजे, रंक, रावण, भक्त अशी वेगवेगळी माणसे आली. त्यांनी परीस होऊन सर्वांचे सोने केले. सर्वांना भक्तिमार्ग दाखवून त्यांच्या मनात भक्ती जागृत केली. कीर्तनाद्वारे बोध जागृत करून लोकांमधील दोष काढून टाकले. त्यांना ग्लानी, अपराधीपणाचा भाव, तमोगुण यांतून मुक्त केले.

वृंदावनाचे पुनरुत्थापन व विधवांचा पुनर्प्रवास

मुघल, तुर्की लोकांनी भारतावर अनेक वेळा आक्रमण केले. त्यांच्या कट्टरवादी मानसिकतेमुळे प्राचीन हिंदू-मंदिरे, तीर्थस्थाने नष्ट झाली. हीच स्थिती कृष्णलीलेची साक्षी असणाऱ्या वृंदावन नगराची झाली होती. तेथील मंदिर उद्ध्वस्त केले होते. चैतन्य महाप्रभूंच्या काळात त्या पुण्यपावन नगराच्या ठिकाणी फक्त जंगल व नगराचे अवशेष बाकी होते.

महाप्रभू भक्तीच्या उच्चतम अवस्थेत होते. आपल्या स्रोताशी त्यांचा ताळमेळ जुळला होता. ते स्वतःच्या बुद्धीने नाही तर सरळ कृष्णरूपी चेतनेकडून मार्गदर्शन घेत होते. त्यामुळे एकदा जेव्हा ते त्या जंगलाप्रमाणे उजाड झालेल्या ठिकाणावरून जात होते, तेव्हा त्यांना ते ठिकाण कृष्णलीलेचे साक्षी असलेले वृंदावन आहे अशी अनुभूती आली. त्या अनुभूतीने प्रेरित होऊन व स्रोताकडून मार्गदर्शन घेत त्यांनी त्यांचे भक्त व शिष्यांच्या मदतीने त्या ठिकाणाचे पुनरुत्थान केले. त्या ठिकाणी दबलेली, भंगलेली जी मंदिरे होती ती पुन्हा बांधून विधिपूर्वक त्यांची स्थापना केली.

त्यांनी भक्तांच्या सहयोगाने वृंदावनमध्ये सात वैष्णव मंदिरांची स्थापना केली. त्यांची नावे —गोविंद देव मंदिर, गोपीनाथ मंदिर, मदनमोहन मंदिर, राधारमण मंदिर, राधा दामोदर मंदिर, राधा श्यामसुंदर मंदिर व गोकुळानंद मंदिर. चैतन्य महाप्रभूंद्वारे पुनर्निर्माण केल्या गेलेल्या या मंदिरांना सप्तदेवालय म्हटले जाते. त्यांनी वृंदावनातील मंदिरांची पुनस्थापना तर केलीच पण त्याचबरोबर ते दिव्य धाम निराधार विधवांचे आश्रयस्थान बनवले.

बंगालमध्ये भ्रमण करताना त्यांच्या लक्षात आले होते, की विधवा स्त्रियांची परिस्थिती अतिशय दयनीय आहे. त्यांना जीवनातील सर्व आनंदांपासून, उत्सवांपासून दूर ठेवले जात आहे. म्हणून त्यांनी विधवा स्त्रियांना हरिभक्तीमध्ये रंगून खरा आनंद घेण्याचा मार्ग दाखवला. त्यांच्या प्रयत्नांमुळे वृंदावन धाम विधवांचे आश्रयस्थान बनले. सामाजिक त्रासातून सुटका करून घेऊन त्या स्वतंत्र

राहू लागल्या व हरिनामाच्या आनंदात दंग राहू लागल्या. जीवनातील शेवटचे क्षण कृष्णचरणाजवळ व्यतीत करण्याची इच्छा घेऊन देशभरातून तिथे विधवा येऊ लागल्या.

चैतन्य महाप्रभूंचे अंतिम दर्शन

चैतन्य महाप्रभू अठ्ठेचाळीस वर्षांचे झाले होते. या अल्पावधीत त्यांच्या शरीराकडून जी अभिव्यक्ती झाली, त्याचा प्रभाव संपूर्ण देशावर पडला होता व आजही तो जाणवत आहे. त्यांच्या शेवटच्या दर्शनाची कथा थोडी विचित्र आहे. हळूहळू महाप्रभूंची स्वतःच्या शरीराबद्दलची आसक्ती कमी होऊ लागली होती. जे भक्त त्यांच्या सेवेसाठी होते, ते एखाद्या लहान मुलाला भरवावे तसे त्यांना भरवत होते. कृष्णाच्या नावाखाली, मिनतवाऱ्या करत त्यांना जेवण भरवावे लागत होते. अशा अवस्थेत त्यांचे मित्र निताई त्यांच्याजवळ होते. एकदा चैतन्य महाप्रभू धावतच जगन्नाथ मंदिरात गेले व तेथे त्यांना भावसमाधी लागली. त्या समाधीतून ते पुन्हा बाहेर आलेच नाही. त्या अवस्थेतच त्यांनी शरीराचा त्याग केला. ते मूर्तीत समाविष्ट झाले असे काहींचे म्हणणे आहे. ही घटना संत मीराबाईंच्या जीवनात घडलेल्या घटनेशी साम्य दाखवते. मीराबाईसुद्धा कृष्णमंदिरात कृष्णमूर्तींमध्ये सामावून गेली व पुन्हा कधी दिसली नाही. संत कबीरांबाबतही असेच सांगितले जाते की त्यांचे शरीर नाहीसे झाले व त्या ठिकाणी काही फुले विखरून पडली होती. ही भक्तीची परिभाषा आहे. याचा वास्तविक सांकेतिक अर्थ असा आहे, की 'चैतन्य चेतना ईश्वरामध्ये सामावून गेली.'

महापुरुषांच्या जन्म-मृत्यूच्या अशा कथा समाजात प्रचलित होतात व त्यांना मान्यताही मिळते. कारण अशा दिव्य, विलक्षण पुरुषांचा जन्म-मृत्यू सामान्य लोकांप्रमाणे साधारण नसतो असे भक्त मानतात. त्यामध्ये काही वैशिष्ट्य हवे. त्यामुळे जवळ-जवळ सर्वच महान विभूतींच्या जन्म-मृत्यूच्या संदर्भात वेगवेगळ्या चमत्कारिक कथा प्रसिद्ध झाल्या आहेत. इथे लक्षात घेण्यासारखी मुख्य गोष्ट अशी, की कोणताही माणूस आपल्या कर्मांनी व अभिव्यक्तीने महापुरुष ठरतो; त्याच्या शरीरामुळे नाही. जो स्रोत (सेल्फ) असतो तो महान असतो. शरीर सामान्यच असते. ते निसर्गनियमांनुसार वाढते, वृद्ध होते, आजारी पडते किंवा निरोगी राहते.

शरीर भौतिक आहे. ते सुटण्याची प्रक्रियाही नैसर्गिक आहे. कोणाचेही स्थूल शरीर अचानक नाहीसे होऊ शकत नाही. हे निसर्गनियमांविरुद्ध आहे, परंतु

एखाद्याचा मृत्यू झाला तर घरातील लोक सांगतात, "ते स्वर्गात गेले, देवाघरी गेले." तसेच चैतन्य महाप्रभू, मीराबाई यांच्याबाबत त्यांचे भक्त सांगतात, की ते सशरीर कृष्णात विलीन झाले. भक्त शाब्दिक अर्थ पकडतात. सत्य काहीही असो, महत्त्वाची गोष्ट अशी, की कबीर, मीरा व चैतन्य महाप्रभू यांसारख्या भक्तांनी पृथ्वीवर येऊन भक्तांसाठी जो मार्ग दाखवून दिला, त्या मार्गाचे अनुसरण आजही लोक करत आहेत.

चैतन्य महाप्रभूंनी एकच शिकवण दिली, की हरिनामाचे कीर्तन करत आनंदात राहा, सर्व दुःख, चिंता त्याला समर्पित करून भार हलका करा, त्याच्या प्रेमात दंग राहून नाचा, गा. त्याच्या नामस्मरणात निश्चिंत राहा व आनंदाने जगा. चैतन्य महाप्रभूंनी नाचत-गात हरिनाम घेणाऱ्या भक्तांसमवेत मिरवणूक काढली. धार्मिक व प्रशासकीय त्रासाशी सामना करणाऱ्या मृतप्राय झालेल्या सामान्य नागरिकांना त्यांनी पुन्हा नवजीवन प्राप्त करून दिले, त्यांच्यात चैतन्य निर्माण केले.

अशा रीतीने गौरांग त्या काळी नवजागरणाचे प्रतीक होऊन पृथ्वीवर आले होते.

•••

अध्याय २४
मुक्त होण्यासाठी ईश्वराला संधी द्या

मानवी शरीराची भूमिका

सर्वांमध्ये ईश्वर चेतनेच्या रूपात वास करतो, परंतु तो मायेच्या बंधनात बांधला गेला आहे. माणसाचा अहंकार, त्याचा 'मी'पणा हेच सर्वांत मोठे बंधन आहे. 'मी'पणा मुळे माणूस स्वतःला ईश्वरापासून व इतरांपासून वेगळा समजतो. सर्वजण एकाच वैश्विक चेतनेचे अंश आहेत हे त्याच्या लक्षात येत नाही. आपल्या अंतरंगात विराजमान असलेला ईश्वरच स्वतःला मुक्त करून घेण्याची सर्व व्यवस्था करतो. जेव्हा तो सर्व बंधनातून मुक्त होतो, तेव्हा आपण मुक्त होतो. शरीरात अडकलेल्या ईश्वराच्या मुक्तीसाठी सर्व लीला होत आहेत.

ज्या शरीरांमध्ये जास्त ग्रहणशीलता असते, त्यांना ईश्वर आतून मार्गदर्शन (प्रेरणा) देतो व स्वतःला बंधनातून मुक्त करतो. उदाहरणार्थ रमण महर्षी, गुरुनानक यांना आपोआप स्वबोध झाला. परंतु ज्या शरीरांमध्ये इतकी तयारी नसते, त्यांच्यासाठी तो संत तुकाराम, संत मीराबाई, कबीर, चैतन्य महाप्रभूंसारख्या भक्तांना निमित्त ठरवतो. त्यांच्या माध्यमातून तो लोकांना बाहेरून मार्गदर्शन व प्रेरणा देतो, त्यांना भक्ती व ज्ञानाचे धडे देतो, जेणेकरून तो मुक्त होऊ शकेल.

अध्यात्मात इतके मार्ग का आहेत ?
आपल्या आध्यात्मिक पूर्वजांनी मुक्तीचा शोध घेऊन वेगवेगळे मार्ग सांगितले

आहेत. उदाहरणार्थ, नामस्मरण, सगुणोपासना, निर्गुणोपासना, वेदान्त दर्शन, योगसाधना, तप, ध्यान, सेवा वगैरे... प्रत्येक मार्गांतील अशी अनेक प्रसिद्धीस आलेली उदाहरणे आहेत. उदाहरणार्थ, नामस्मरणासाठी चैतन्य महाप्रभू, निर्गुण-ज्ञानोपासनेसाठी कबीर, भक्तिमार्गासाठी संत मीराबाई, ध्यान-ज्ञान यांसाठी भगवान बुद्ध व महावीर इत्यादी.

वेगवेगळ्या शरीरांची प्रकृती विभिन्न प्रकारची असते. सर्वांसाठी एकच मार्ग योग्य नसतो. समजा, कोणाला एका शहरातून दुसऱ्या शहरात जायचे असेल तर कोणी लांबच्या रस्त्याने जातो, कोणी रेल्वेने तर कोणी बसने जाणे पसंत करतो. म्हणजेच प्रत्येक शरीराचा स्वभाव व त्याची गरज वेगवेगळी असते. अध्यात्मात सगळेजण एकच मार्ग अवलंबतील असे नाही.

एखाद्याची बुद्धी इतकी तार्किक असते, की जोपर्यंत त्याला ज्ञानाद्वारे समज दिली जात नाही तोपर्यंत तो भक्त बनत नाही. काहींमध्ये समर्पण भाव इतका प्रबळ असतो, की ते नामस्मरणाने भावसमाधीत जातात. एखाद्याचे शरीर एकाच ठिकाणी जास्त वेळ बसून पूजा-पाठ करण्यास तयार नसते, पण तो निःस्वार्थ सेवा करू शकतो, त्याआधारे अहंकाराचा त्याग करून त्यात ईश्वरप्राप्ती होऊ शकते.

ईश्वराच्या मुक्तीसाठी शरीराची भूमिका

ज्या शरीरात ईश्वरमुक्तीची तयारी असते, जे अनुशासित असते त्याच शरीरात ईश्वरमुक्ती संभव असते. खाण्या-पिण्याच्या सवयी, निद्रा, आळस, धावपळ यांपैकी कोणत्याही गोष्टीचा अतिरेक न होता जिथे समतोल असतो ते शरीर ईश्वरमुक्तीसाठी योग्य असते. शरीराची मूळ प्रकृती आता समजून घेऊ.

त्रिगुण सूत्राने शरीराचा स्वभाव तयार होतो. हे तीन गुण म्हणजे तमोगुण, रजोगुण व सत्त्वगुण. प्रत्येक शरीरात हे तीन गुण कमी-अधिक प्रमाणात असतात व त्यांतील एक गुण मुख्य असतो. शरीराची मूळ प्रकृती या मुख्य गुणावर ठरते. प्रत्येक गुणाचे एक वैशिष्ट्य असते. हे समजून घेतले तर तुम्हाला तुमच्या व तुमच्या आजूबाजूला असणाऱ्या लोकांचा मूळ स्वभाव लक्षात येईल.

भक्तीत तमोगुणी वृत्ती

तम म्हणजे अंधार. हा असा गुण आहे जो तुमचे पतन करतो. अज्ञान, भ्रम, क्रोध, दुःख, निराशा, आळस, प्रमाद, सुस्ती, अकर्मण्यता, खोटेपणा, बहाणे करण्याची

वृत्ती ही सर्व तमोगुणाची लक्षणे आहेत. ज्या लोकांमध्ये या गुणाचे प्राबल्य असते ते स्वतःही दुःखी राहतात व इतरांनाही दुःखी करतात. यांना तामसी भोजन आवडते. सुस्ती वाढवणारे खाद्यपदार्थ त्यांना आवडतात.

तमोगुणी माणूस स्वतःसाठीसुद्धा कष्ट करायला तयार नसतो, मग तो ईश्वरासाठी काय कष्ट करणार? म्हणून तमोगुण काढून टाकण्यास अध्यात्मात प्राधान्य दिले आहे. सुस्त, तमोगुणी माणसांना भक्ती कराविशी वाटली तरी ते करू शकत नाहीत. तमोगुण गेल्याशिवाय ईश्वरप्राप्ती शक्य नसते. त्यासाठी त्यांनी प्रथम त्यांच्या शरीरावर काम केले पाहिजे. कारण त्यांच्याकडून जर नामस्मरणाची एक माळसुद्धा ओढली जात नसेल तर ते पुढे काय करणार? म्हणून कमीत-कमी मदतीसाठी त्यांनी ईश्वराला प्रार्थना केली पाहिजे. पुढे ईश्वरच त्यांच्याकडून सर्व करवून घेईल. त्यांच्या आजूबाजूला अशी व्यवस्था निर्माण करेल ज्यामुळे त्यांची बुद्धी योग्य दिशेने काम करेल व त्यांचे तमोगुण दूर होतील.

ही गोष्ट थोडी वेगळ्या प्रकारे समजून घेऊ. समजा, एखाद्याला एका खोलीत बांधून ठेवले आहे. तुम्ही त्याला बाहेरून हाक मारलीत तर तो बांधलेली दोरी सोडवण्याचा प्रयत्न तरी करेल. कोणीतरी मला बोलवत आहे, या कल्पनेने तो जीवाचा आटापिटा करून सुटण्याचा प्रयत्न करेल. त्याला निदान शुद्ध तरी येईल. नाहीतर बांधलेल्या अवस्थेत तो तसाच पडून राहील. तमोगुण जाण्यासाठी काम करणे असे आहे. स्वतःवर काही काम करायचे असेल तर कमीत कमी ईश्वराला साद घाला म्हणजे तो बाहेर येऊन तुम्हाला बंधनातून सोडवेल.

भक्तीत रजोगुणी वृत्ती

रजोगुण हा सतत क्रियाशील ठेवणारा गुण आहे. ज्या शरीरात या गुणाचे प्राबल्य असते ते दोन मिनिटसुद्धा शांत बसू शकत नाहीत. सतत ते कोणत्या ना कोणत्या कामात व्यस्त राहतात. त्यांचे शरीर थकून शांत बसले तरी त्यांचे विचार सुरूच असतात. त्यामुळे अशा लोकांना झोपही शांत लागत नाही. रक्तदाब, निद्रानाश अशांसारखी दुखणी या लोकांमध्ये दिसून येतात. ते सतत असंतुष्ट राहतात. अती क्रियाशीलता, उत्तेजना, अनिर्बंध विचार, अनियंत्रित इच्छा, वासना यांच्यामध्ये हे अवगुण जास्त असतात. त्यामुळे असे लोक सतत धावतच राहतात.

रजोगुणी माणसांना आयुष्यात खूप काही करायचे असते, खूप मिळवायचे असते. त्यांना या आंधळ्या शर्यतीतील व्यर्थता समजत नाही. ते त्या भ्रमात

अडकून राहतात. म्हणून भक्ती, ईश्वर यांसारख्या गोष्टींना प्राधान्य देणे त्यांना जमत नाही. त्यांना वाटते, "अजून मला एवढी कामे करायची आहेत; ती सगळी संपू दे; मग मी ईश्वराचे नामस्मरण करेन; नोकरीतून निवृत्त झाल्यानंतर, मुले स्थिरस्थावर झाल्यानंतर ईश्वराचे भजन करेन." पण ती वेळ कधी येतच नाही. कारण वयापरत्वे काही जबाबदाऱ्या, काही विवशता समोर येतात. म्हातारपणी शरीर साथ देत नाही पण मन मात्र आधीच्या सवयीनुसार भटकत राहते. मनाला स्थिर राहणे जमत नाही. म्हणून अशा लोकांकडून कधीही भजन-भक्ती करणे होत नाही.

म्हातारपणी ईश्वरप्राप्ती करू या विचाराने ती गोष्ट बाजूला ठेवलेली असते पण शरीर थकल्यामुळे ईश्वरप्राप्तीची ओढही संपुष्टात येते. शेवटी, 'जसे चालू आहे तसे चालू द्यावे, शरीराला काही त्रास न होता मृत्यू यावा, इतकं झालं तरी खूप झालं' यापेक्षा जास्त काही इच्छा त्यांना उरत नाहीत.

अशा व्यग्र लोकांनाही ईश्वराला साद घालण्याचा सरळ, साधा उपाय सुचवला जातो. भले तुमचे काम थांबवू नका, पण काम करता-करता अधूनमधून हरिनाम घ्या, नामस्मरण करा, कुठेतरी सुरुवात होऊ द्या, असे सांगितले जाते. एकदा तरी भक्तीचा आनंद मिळेल, त्याचा परिणाम होऊ लागेल. मग नाम स्वतःच असा काहीतरी चमत्कार घडवून आणेल.

सत्त्वगुणी प्रकृती

जेव्हा शरीर, मन व बुद्धी यांमध्ये सत्त्वगुणाची प्राधान्यता असते, तेव्हा विवेकी, सजग व बोधपूर्ण जीवन जगता येते. आपली कर्तव्ये पार पाडत सत्कर्म केली जातात. उदाहरणार्थ ईश्वरभक्ती, सेवा, सामाजिक कार्य, सत्यसाहित्याचे वाचन, मनन इत्यादी. सत्त्वगुणी लोकांचा आहार संतुलित असतो. ते सतत आनंदी व प्रफुल्लित असतात. म्हणून तिन्ही गुणांमध्ये सत्त्वगुण सर्वांत श्रेष्ठ मानला जातो.

तमोगुणीला तमोगुणातून बाहेर पडून प्रथम रजोगुणी व्हायला सांगितले जाते. त्यामुळे त्याची आळशी वृत्ती कमी होते. रजोगुणीला सत्त्वगुणी होण्यास सांगितले जाते, जेणेकरून त्याचे जीवन संतुलित व आनंदी होते. सत्त्वगुणी शरीरातच ईश्वराचे बंधन तुटण्याची शक्यता अधिक असते. पण फक्त सत्त्वगुणी होणे पुरेसे नाही. त्यांनीदेखील काळजी घ्यायला हवी. नाहीतर बऱ्याचदा सत्त्वगुणी अहंकारामुळे फसतात. त्यांना वाटते, "माझ्यात अमूक-अमूक वैशिष्ट्य आहे, जे इतरांमध्ये नाही; मी इतरांपेक्षा जास्त पवित्र आहे, प्रामाणिक आहे, माझे विचार

इतरांपेक्षा चांगले आहेत, मी लोकांचे भले करतो इत्यादी." असा अहंकार त्यांच्यासाठी बंधन ठरतो.

तिन्ही गुणांच्या पलीकडे असणारी भक्ती

प्रत्येक शरीरात तिन्ही गुण असतात. एकावेळी एक गुण प्रबळ असतो. मन जेव्हा भक्तीत व सेवेत रमलेले असेल तेव्हा सत्त्वगुण प्रबळ असतो. त्या वेळी रजोगुण व तमोगुण गौण असतात.

एखादे काम करत असताना रजोगुण अधिक असतो, तमोगुण व सत्त्वगुण गौण असतात. जेव्हा आपण आराम करत असतो किंवा झोपतो, तेव्हा तमोगुण प्रबळ असतो. अशा वेळी तमोगुणाचा सार्थ उपयोग होतो. त्या वेळी रजोगुण व सत्त्वगुण कमी असतात.

ज्याप्रमाणे खाद्यपदार्थांमध्ये योग्य प्रमाणात मसाले असतील तर ते पदार्थ स्वादिष्ट बनतात. त्याप्रमाणे जीवनात शरीर, मन व बुद्धी यांमध्ये तिन्ही गुणांचे संतुलन असेल तर जीवन सुरळीत होते. जेव्हा ज्या गुणाची गरज असते तेव्हा तो वापरणे, नंतर त्यात न अडकता सोडून देणे याला गुणातीत होणे म्हणजे तिन्ही गुणांच्या पलीकडे जाणे असे म्हणतात. जो असे करू शकतो त्याच्या शरीरात स्वानुभवाची शक्यता अधिक मात्रेत असते. तो बुद्धीच्या पलीकडे जाऊन भक्ती करू शकतो, त्याचे शरीर, मन व बुद्धी भक्तीमध्ये मदत करतात, अडथळा निर्माण करत नाहीत.

तुमच्या शरीराची आजच्या घडीला ती अवस्था असेल मग ती तमोगुणी, रजोगुणी अथवा सत्त्वगुणी असो, जर हरिनामाची तहान लागली असेल तर तुमच्या प्रयत्नांना सकारात्मक दिशा मिळेल. म्हणून सत्यश्रवण करण्याचे महत्त्व मोठे आहे. कसेही करून सत्यश्रवण करत राहा, त्यामुळे सत्यप्राप्तीची तहान लागत राहील.

शरीराची प्रकृती कशीही असली तरी सत्यश्रवणामुळे योग्य दिशा सापडेल. सत्यसाधकांच्या संघात राहण्यामुळे, सत्यश्रवण करण्याने, सेवेत राहून भक्ती निर्माण होते. अहंकाराचे दर्शन होऊन त्याचे समर्पणही केले जाते.

म्हणून सत्यश्रवण सुरू ठेवा, हरिनामाचे उच्चारण करा. शरीराद्वारे सर्व साध्य करा म्हणजे ईश्वर पुढचा मार्ग दाखवेल व स्वतःच बंधनातून मुक्त होईल.

●●●

खंड ४

ज्ञान व भक्तीची शिकवण

अध्याय २५

कृष्णाच्या नावाचा जप करून कृष्ण व्हा

'तारक ब्रह्म महामंत्राचे' दान

एक विद्यार्थी एका कठीण परीक्षेत उत्तीर्ण होण्यासाठी आटोकाट प्रयत्न करत होता. दिवस-रात्र मेहनत करून त्याने त्या विषयावरील वेगवेगळ्या लेखकांची पुस्तके वाचून काढली, पण तो जेवढा विषय समजून घ्यायचा प्रयत्न करत होता तेवढा गोंधळून जात होता. परिणामी त्याचे त्या विषयावरून मन उडाले.

एके दिवशी त्याला आपल्या गुरुजींची आठवण आली. ते विद्यार्थ्यांना हसत-खेळत कठीणातला कठीण विषय सोपा करून शिकवत असत. विद्यार्थी त्यांच्याकडे गेला व त्यांना आपली व्यथा सांगितली. गुरुजी हसले व म्हणाले, "अरे! हा तर खूप सोपा विषय आहे. त्यासाठी इतकी पुस्तके वाचायची गरजच नाही. फक्त एकच सूत्र लक्षात ठेव. तेच तुला मदत करेल." असे म्हणून गुरुजींनी त्याला एका कागदावर एक सूत्र लिहून दिले. त्या विद्यार्थ्याने सूत्र नीट समजून घेतले व परीक्षेला गेला. परीक्षेचा निकाल समजताच त्याला आश्चर्य वाटले. कारण तो प्रथम श्रेणीत उत्तीर्ण झाला होता. यशाने प्रभावित झालेला विद्यार्थी गुरुजींना भेटायला गेला. कृतज्ञतापूर्वक त्याने नमस्कार केला. गुरुजी प्रसन्न होऊन म्हणाले, "या सूत्राचे अजून एक वैशिष्ट्य आहे. या सूत्रामुळे तू एकच काय पण जीवनातील सर्व परीक्षा उत्तीर्ण होऊ शकतोस."

चैतन्य महाप्रभूंनीसुद्धा भक्तांना ३२ अक्षरी मंत्र दिला-

हरे-कृष्ण, हरे कृष्ण, कृष्ण-कृष्ण, हरे-हरे

हरे-राम, हरे राम, राम-राम, हरे-हरे

याला 'तारक ब्रह्म महामंत्र' म्हटले जाते. याचा अर्थ, भवसागर तारून नेणारा व ब्रह्माशी भेट करवून देणारा महामंत्र. हा काही एखादा गोपनीय मंत्र नाही. तुम्हीसुद्धा ऐकला असेल. या मंत्राचे उच्चारण करताच ढोलक, मृदंगाच्या थापा... लयबद्ध मधुर संगीताच्या लहरी तुमच्या कानात घुमू लागल्या असतील. असे सांगितले जाते, की चैतन्य महाप्रभू जेव्हा असे कीर्तन करत, तेव्हा ते जणू ईश्वराला आवाहन करत आहेत व ईश्वर स्वतः येऊन त्यांच्याबरोबर नृत्य करत आहे असे वाटत असे. त्यांच्या या मंत्राचे कीर्तन इतके प्रभावशाली होते की नास्तिक व विधर्मीसुद्धा ते ऐकून मोह-माया विसरून, संमोहित होऊन कृष्णभक्तीत दंग होऊन त्यांच्याबरोबर चालू लागत.

काळाच्या गरजेनुसार मंत्राचे दान

चैतन्य महाप्रभूंना माहीत होते, की सद्यःस्थितीत सामाजिक परिस्थिती ढासळलेली आहे. त्यामुळे लोकांना निश्चिंत होऊन शांत मनाने ध्यानसाधना करणे शक्य नाही. त्याचप्रमाणे पंडित व ब्राह्मणांनी मोठमोठे ग्रंथ आपल्यापर्यंत सीमित करून ठेवल्यामुळे त्यांचे पठन व अध्ययन करणेही त्यांना शक्य नव्हते. सर्वसामान्य जनता दुःखी, पीडित व अशिक्षित होती. त्यामुळे त्यांच्या मनात दुःखाऐवजी आनंदाचा संचार होण्यासाठी आवश्यक अशा आध्यात्मिक मार्गांची गरज होती. ज्ञानाचे शब्द सहजतेने त्यांच्या मुखात यायला हवे, रोजची दैनंदिन कामे करताना त्यांना साधना करता यायला हवी असे महाप्रभूंना वाटत होते. या सर्व गरजा लक्षात घेऊन त्यांनी सूत्ररूपात एक मंत्र तयार केला — 'हरे-कृष्ण, हरे-कृष्ण, कृष्ण-कृष्ण, हरे-हरे. हरे-राम, हरे-राम, राम-राम, हरे-हरे.'

हा मंत्र छोटा वाटला तरी वेद-पुराणाइतकी शक्ती यामध्ये आहे. ज्या स्रोतावर पोहोचण्यासाठी योगी मोठमोठ्या साधना, तपस्या करतो, तिथे साधकाला पोहोचवण्यासाठीची क्षमता या मंत्राच्या कीर्तनामध्ये आहे. सर्वांत महत्त्वाचे म्हणजे इतर आध्यात्मिक मार्गांमध्ये साधकाला कष्ट करावे लागतात. कठीण नियमांचे, व्यवस्थांचे पालन करावे लागते. त्याउलट नामस्मरणाच्या मार्गाचा आरंभ आनंदाने होतो व शेवट परमानंदाने! कानावर हरिनाम पडताच, मुखातून त्याचे उच्चारण होताच हृदयाचा पेला त्याचक्षणी ईश्वरीय आनंदाने काठोकाठ भरून जातो.

नामस्मरणाचा परिणाम

एक प्रयोग करून पाहा. तुमच्या जीवनात जर एखादी तुमच्या नावडती व्यक्ती असेल तर तिचे नाव उच्चारायचे आहे. तिच्या नावाचे सतत स्मरण करायचे आहे. याचा तुमच्या शरीरावर, मनावर, श्वासांवर कसा परिणाम होतो, हे बघायचे आहे. होणारा परिणाम लक्षात ठेवायचा आहे. त्यानंतर तुमच्या आवडत्या व्यक्तीच्या नावाचे नामस्मरण करायचे आहे. हे केल्यानंतर काय होते हे पाहायचे आहे. आता दोन्ही प्रकारच्या नामस्मरणाने होणारा परिणाम पडताळून पाहा.

नावडत्या माणसाचे नाव घेतल्याने त्याच्याशी संबंधित सर्व नकारात्मक आठवणी जाग्या होतील, मन नाराज होईल, रागामुळे श्वासोच्छ्वास जोर-जोराने होऊ लागेल वगैरे... याउलट परिस्थिती आवडत्या माणसाचे नाव घेतल्याने होईल. मनाचे नैराश्य दूर होईल. मन आनंदात राहील, ओठांवर हास्य उमटेल.

एका शब्दाच्या पुनरुच्चारणामुळे आपल्या मेंदूत रासायनिक परिवर्तन होऊ लागते. आपले भाव, विचार, वर्तन, चेतना या सर्वांना प्रभावित करण्याची क्षमता त्यामध्ये असते. असे असताना जर तुम्ही सत्याचे नामस्मरण केले, म्हणजे जे नाव तुम्ही ईश्वराला (सत्याला) दिले आहे; त्याचे नामस्मरण केले तर तुमच्या जीवनात किती अद्भुत परिवर्तन घडून येईल याची तुम्ही कल्पनासुद्धा करू शकणार नाही. आता नामस्मरणाचा झालेला प्रभाव पाहत मिनिटभरासाठी तरी अंतरंगातील ईश्वराला साद घाला. ईश्वर म्हणजे जो सतत असणारा अनुभव आहे, जिवंतपणाची जाणीव आहे, त्याला साद घाला. त्यानंतर मायेमुळे निर्माण झालेली व्यक्ती (अहंकार, मीपणा) दूर होईल व सत्याचे तेज प्रकट होईल.

जितकी मनापासून, भक्तीने, प्रेमाने, साद घालाल, तितका तो अनुभव प्रखर होण्याची शक्यता निर्माण होईल. हा भक्तिमार्गाचा परिणाम आहे, नामस्मरणाचा प्रभाव आहे. जोपर्यंत तुम्ही 'परीस' भक्त होत नाही तोपर्यंत हे करायचे आहे. 'परीस' भक्त होता आले नाही तर कमीत-कमी सोन्यासारखे भक्त व्हा. तुम्हाला जे हरिनाम मिळाले आहे व त्याबद्दल जी समज प्राप्त झाली आहे, ती आत्मसात करा व त्याचा सर्वश्रेष्ठ उपयोग करून घ्या.

●●●

अध्याय २६

हरिनामाने भरला घडा

स्रोताशी ताळमेळ असण्याचा परिणाम

चैतन्य महाप्रभूंशी निगडित एक गोष्ट नामस्मरणाचा महिमा सांगते. एकदा ते आपल्या शिष्यांबरोबर सकाळी नाचत-गात हरिकीर्तन करत जात होते. 'हरे-कृष्ण, हरे-कृष्ण, कृष्ण-कृष्ण, हरे-हरे. हरे-राम, हरे-राम, राम-राम, हरे-हरे...' असे म्हणत रस्त्याने जात होते. सर्वजण हरिकीर्तनात मग्न होते. त्या वेळी महाप्रभू दुसऱ्या रस्त्याने निघून गेले.

थोडे दूर गेल्यानंतर त्यांना एक ताक विकणारा माणूस भेटला. त्याने खांद्यावर तराजूप्रमाणे दोन माठ घेतले होते. सकाळची वेळ होती. नुकताच तो ताकाचे माठ घेऊन घराबाहेर पडला होता. महाप्रभूंना पाहताच त्याने विचारले, "ताक पिणार?" महाप्रभूंनी होकार दिला. ताक विकणाऱ्याने पेल्यामध्ये ताक भरून त्यांना दिले. ताक प्यायल्याने ते संतुष्ट झाले. महाप्रभूंच्या चेहऱ्यावरचे भाव व तेज पाहून त्याने पुन्हा एक पेलाभर ताक घेण्याबद्दल विचारले. महाप्रभूंनी पुन्हा होकार दिला. माखनचोर कृष्णाने आपल्याला ताक पाजले या विचाराने महाप्रभू खूश झाले. इकडे ताकवालाही सकाळीच गिऱ्हाईक मिळाले म्हणून खूश झाला होता. आज चांगली कमाई होणार असे त्याला वाटू लागले. ताकवाल्याने त्यांना पुन्हा पेलाभर ताक दिले. तेही त्यांनी पिऊन टाकले. पुन्हःपुन्हा तो विचारत राहिला व महाप्रभू ताक पित राहिले. असे करता-करता

ताकवाल्याचा एक माठ रिकामा झाला. त्याला खूप आनंद झाला. महाप्रभू संतुष्ट होऊ जाऊ लागले.

ताकवाल्याने त्यांना हटकले म्हणाला, "महाराज, माझ्या ताकाचे पैसे द्या." यावर महाप्रभू म्हणाले, "बाबा रे, मी संन्यासी माणूस आहे. माझ्याकडे पैसे कसे असतील? तू मला विचारलंस म्हणून मी ताक प्यायलो."

हे ऐकून ताकवाला उद्विग्न झाला, म्हणाला, "महाराज, मी गरीब माणूस आहे. आज सकाळी-सकाळी धंद्याची सुरुवात चांगली झाली असं वाटून मी खूश झालो होतो. जास्त पैसे मागत नाही पण निदान थोडे तरी द्या." यावर महाप्रभू म्हणाले, "माझ्याकडे एकच धन आहे, ते मी तुला देतो. ते धन म्हणजे, हरे-कृष्ण, हरे-कृष्ण, कृष्ण-कृष्ण, हरे-हरे. हरे-राम, हरे-राम, राम-राम, हरे-हरे... तू हा मंत्र तुझ्याकडे ठेव. कारण या नश्वर जगात हेच अनमोल धन आहे. तरीसुद्धा तुला पैसे हवेच असतील तर माझी शिष्य मंडळी मागून येत आहेत. त्यांच्याकडून पैसे घे," असे म्हणून महाप्रभू तेथून निघाले.

ताकवाला महाप्रभूंच्या शिष्याजवळ गेला व त्यांना घडलेला सर्व वृत्तांत सांगितला. शिष्य म्हणाले, "अहो, आमच्याकडे तरी कुठे धन आहे? जसे आमचे गुरू तसे आम्ही. आमच्याकडे फक्त एकच धन आहे, ते तुला देतो- हरे-कृष्ण, हरे-कृष्ण, कृष्ण-कृष्ण, हरे-हरे. हरे-राम, हरे-राम, राम-राम, हरे-हरे..." पुन्हा तोच मंत्र ऐकून ताकवाला खूप निराश झाला. त्याला पैसेही मिळाले नाहीत.

निराश मनाने दुसऱ्या माठातले ताक विकण्यासाठी तो पुढे निघाला. त्याच्या मनात विचार आला, "हा कोणता मंत्र आहे? लोक इतके मग्न होऊन नाचत-गात, आनंदात जात आहेत. ते म्हणतात, की हा मंत्रच त्यांची दौलत आहे. असं काय असेल या मंत्रात?" विचार करता-करता तोही मंत्र म्हणू लागला – 'हरे-कृष्ण, हरे-कृष्ण, कृष्ण-कृष्ण, हरे-हरे. हरे-राम, हरे-राम, राम-राम, हरे-हरे...' मंत्र म्हणताना त्याला खूप बरे वाटले, त्याचे मन आनंदाने भरून गेले. आता तो मंत्र गात-गात जाऊ लागला. गिऱ्हाईक ताक पिण्यासाठी आले तरी मनातल्या मनात त्याचा जप सुरू होता. जस-जसा तो मंत्राचा जप करू लागला, तस-तसे त्याच्या माठाचे वजन वाढल्याचे त्याला जाणवले. माठ इतका जड का झाला याचे त्याला आश्चर्य वाटू लागले. त्याने माठाचे झाकण उघडले आणि आश्चर्यचकित झाला. त्याचा माठ नाण्यांनी काठोकाठ भरला होता. असा कसा झाला चमत्कार!

स्रोताशी जोडले जाण्याचा प्रभाव

जेव्हा आपण नामस्मरण करतो, तेव्हा नकळत स्रोताशी जोडले जातो. असे झाले तर जीवनात चमत्कार घडू लागतात. पण जर या चमत्कारांना आपण गृहीत धरू लागलो तर मात्र आपल्याला ते चमत्कार आहेत असे वाटत नाही. पण अशा गोष्टी ऐकल्या तर मात्र तो चमत्कार वाटतो. तुम्हाला तुमच्या जीवनात असा कधी अनुभव आला आहे का, की तुम्हाला तातडीची गरज भासल्यामुळे तुम्ही तुमचे नातलग, ओळखीचे लोक यांच्याकडे मदतीची याचना केली पण त्यांनी पाठ फिरवली व अचानक एखाद्या अनोळखी माणसाने येऊन किंवा स्रोताकडून तुम्हाला मदत मिळाली. पैशांची निकड असताना अचानक बाकी असलेले येणे वसूल झाले किंवा धंद्यात फायदा झाला. सांगण्याचे तात्पर्य, जेव्हा आपण स्रोताशी जोडले जाऊन आपला मार्ग मोकळा ठेवतो, तेव्हा ईश्वर आपल्यापर्यंत मदत पोहोचवतोच.

गोष्टीत सांगितले आहे, की ताकवाल्याचा माठ नाण्यांनी भरून गेला म्हणजे त्याला अप्रत्यक्षपणे धनप्राप्ती झाली. पण खरं काय घडले? त्याने नामस्मरण सुरू करताच त्याचा स्रोताशी ताळमेळ जुळला. असे झाल्यामुळे कदाचित त्याची बोलण्याची पद्धत बदलली असेल, देहबोली बदलली असेल, त्याच्या चेहऱ्यावर आनंद उमटला असेल, त्याच्या अंतरंगात निर्माण झालेल्या आनंदाचा स्पर्श गिऱ्हाइकांना झाला असेल. त्यामुळे त्या दिवशी त्याची विक्री चांगली होऊन नेहमीपेक्षा जास्त पैसे मिळाले असतील.

बाजारात एकसारखी शेजारी-शेजारी असणारी दोन दुकाने तुम्ही पाहिली असतील. दोन्ही दुकानात एकाच प्रकारचे सामान मिळत असते, त्यांची किंमतही एकसारखीच असते. पण एका दुकानात मात्र गिऱ्हाइकांची मोठी रांग असते व दुसऱ्या दुकानात एखाद-दुसरे गिऱ्हाईक असते. याचे काय कारण असू शकेल? याचे एकच कारण असते, की दुकानदाराची आंतरिक अवस्था त्याच्या आभामंडलात, बाह्यवर्तनात व बोलण्यातून दिसते. त्याच्या अंतरंगातील भक्ती, प्रेम, करुणा व आनंदाचे भाव बाह्यतः गिऱ्हाइकांना आकर्षित करत असतात. तो असा चुंबक असतो ज्याच्याद्वारे सर्व चांगल्या गोष्टी म्हणजे धन, समृद्धी, भक्ती, प्रेम, नातेसंबंध त्याच्याकडे खेचल्या जातात.

भक्तीमुळे फक्त ईश्वरच प्राप्त होतो असे नाही, तर त्याबरोबर अजून बरेच काही मिळते पण त्याकडे अतिरिक्त फायदा म्हणून बघितले पाहिजे. भक्तीचा मूळ

उद्देश कृष्णाचा जप करून कृष्ण (स्वानुभव) बनायचा आहे आणि तो विसरून चालणार नाही.

हरिनाम हीच खरी दौलत

या गोष्टीत समजून घेण्यासारखे अनेक संकेत दडलेले आहेत. सर्वांत आधी ताकवाल्याचा भरलेला घडा महाप्रभूंनी रिकामा केला. इथे महाप्रभू गुरूचे प्रतीक आहेत. गुरू ज्ञान व भक्तीचे दान करून ईश्वराची ओळख करून देतात. माठ किंवा घडा शिष्याच्या मस्तकाचे (अहंकाराचे), त्याच्या तार्किक बुद्धीचे म्हणजे जी बुद्धी प्रत्येक गोष्ट तर्काच्या कसोटीवर पारखून बघते आणि मनाचे जिथे चुकीच्या धारणा, चुकीचा विश्वास साचून राहतो याचे प्रतीक आहे. सत्याचे ज्ञान अतार्किक असते. जेव्हा माणसाचा हा घडा रिकामा होतो व तो गुरूद्वारे दिल्या जाणाऱ्या ज्ञानासाठी ग्रहणशील होतो, तेव्हाच ते ज्ञान तो ग्रहण करू शकतो.

बुद्धीचा घडा रिकामा करण्यासाठी प्रार्थना

भक्तीच्या चारही अवस्था (आर, पार, पास, परीस) तुम्ही जाणून घेतल्या. त्याद्वारे तुमच्या लक्षात आले असेल, की कृष्णाला प्राप्त करून घ्यायचे असेल तर तिथे बुद्धिविलास, तर्क-वितर्क, अध्यात्माच्या नावाखाली वाद-विवाद करण्यात काही अर्थ नाही. बुद्धीचा खेळ अहंकार वाढवतो व भक्तीमध्ये अहंकाराचे बलिदान व्हावे लागते. दोन्ही गोष्टी एकमेकांच्या विरुद्ध आहेत. भक्त व्हायचे असेल तर आपला बुद्धीरूपी घडा बुद्धिविलासातून रिक्त करून हरिनामाच्या ओढीने भरला पाहिजे.

चला तर, ईश्वराकडेच ईश्वराची भक्ती व त्याच्या नावाची तृष्णा मागू. थोडा वेळ डोळे बंद करा. मन शांत ठेवून मौन धारण करा.

आता स्वतःला विचारा, "माझ्या मनात हरीची तृष्णा म्हणजे सत्याची ओढ किती आहे व मला किती पाहिजे?"

जर उत्तर आले, "तेवढी तृष्णा नाही जेवढी निमाईंची होती," तर त्या तृष्णेची भावना, तिची कमतरता जाणून घ्या.

अंतःकरणापासून प्रार्थना करा, "हा मस्तकरूपी घडा हरितृष्णेने भरून जाऊ दे… हरीच्या कृपेने भरून जाऊ दे."

या क्षणी तुमच्या मनात जी काही कमी-अधिक भक्ती तुम्हाला जाणवत असेल ती वाढू द्या. मनातल्या मनात नामसंकीर्तन चालू ठेवा. मनात अशी भावना

असू द्या, की भक्ती वाढत आहे... तृष्णा वाढत आहे... कृपेचा वर्षाव होत आहे. ग्रहणशील होऊन ईश्वराची कृपा आत्मसात करा.

स्वतःला वारंवार म्हणा, "मी कृपेसाठी ग्रहणशील झालो आहे... माझ्यात हरीची ओढ निर्माण होऊ दे... हरिप्रेमाने माझे मन भरून जाऊ दे... मुक्तीचे प्रेम, सत्याची ओढ याने मन भरून जाऊ दे... अजून वाढू दे... भरपूर वाढू दे... मला मायेच्या आकर्षणातून मुक्त करा..."

प्रार्थना करा, "निरर्थक आकर्षणे समाप्त होऊ दे म्हणजे बुद्धीच्या घड्यात हरीची ओढ... हरीची समज... हरि भक्ती व हरिकृपा भरून वाहू दे."

स्वतःलाच म्हणा, "मला मनापासून वाटतंय की हे व्हावं व हे होत आहे." असे घडत आहे याची जाणीव करा. काही क्षण असेच भाव राहू द्या. प्रेम, आनंद व भक्तीने भरलेल्या जीवनाची जाणीव होऊ द्या. प्रापंचिक कामे करत असतानाही तुम्ही अंतःकरणातून हरिकृपेसाठी जागृत राहा, नामस्मरण करत राहा. तुमचा घडा भक्तीने भरलेला आहे व त्यातील थेंब तुमच्या आजूबाजूच्या लोकांवरही पडत आहेत. तुमच्या उपस्थितीने त्यांच्यात बदल होत आहे.

●●●

अध्याय २७

नामस्मरणाचा अद्भुत प्रभाव

ईश्वरासारखे ईश्वराचे नाम

एक प्रसिद्ध म्हण आहे, 'रामाहून महान रामाचे नाम.' रामनाम लिहिल्यामुळे मोठमोठे पाषाणही समुद्रात तरंगू लागले तर मग राम (सत्य) नाम धारण करणारा भवसागरात कसा बुडेल? श्रीकृष्णाशी निगडित अशीच एक गोष्ट आहे जी नामाचा महिमा सांगते.

एकदा देवर्षी नारद कृष्णाला भेटण्यासाठी द्वारकेला आले. त्यांची भेट आधी सत्यभामेबरोबर झाली. नारदमुनींचे स्वागत करून गप्पा मारता-मारता ती त्यांना म्हणाली, "मला वाटतं, श्रीकृष्णांनी माझ्याकडे जास्त लक्ष द्यावं." उत्तरादाखल नारदमुनी म्हणाले, "तुम्हाला तसं हवं असेल तर आधी तुम्हाला एक त्याग करावा लागेल." सत्यभामा म्हणाली, "हो नक्की! मी त्याग करायला तयार आहे. पण जन्मोजन्मी मला कृष्णच मिळायला हवेत."

"पुढच्या जन्मी कृष्ण तेव्हाच मिळतील जेव्हा तुम्ही कृष्णाचे दान कराल." नारदमुनींचे असे बोलणे ऐकून सत्यभामा चमकली. म्हणाली, "मी कृष्णाचे दान कसे करू?" नारदमुनी थोडा वेळ शांत राहिले व नंतर म्हणाले, "आधी तुम्ही श्रीकृष्णाचे दान करा. नंतर श्रीकृष्णाच्या शरीराच्या वजनाइतक्या सोन्याचे दान करून माझ्याकडून श्रीकृष्णाला परत घ्या." सत्यभामा सत्राजीतासारख्या धनवान राजाची मुलगी होती. म्हणून तिला नारदमुनींची ही युक्ती आवडली.

दोघांच्या अनुमतीने नारदमुनींनी दक्षिणेच्या रूपात श्रीकृष्णाला मागितले व सत्यभामाने श्रीकृष्णाला अर्पण केले. श्रीकृष्णालाही ही गोष्ट समजली. खरं तर ही श्रीकृष्ण व नारदमुनींचीच लीला होती. लीलेला अनुसरून आता श्रीकृष्ण नारदमुनींचे भक्त होऊन, त्यांच्या आज्ञेत राहून त्यांची सेवा करू लागले.

बाह्य दृष्टिकोनातून याकडे पाहिले तर हे दुःखदायक वाटू शकते परंतु आंतरिक दृष्टिकोनातून पाहिले तर जे काही सुरू होते त्याचा नारद व नारायण दोघेही आनंद घेत होते. अगदी नाटकात काम करणारे कलाकार घेतात त्याप्रमाणे! या नाटकात श्रीकृष्ण वारंवार सत्यभामेला म्हणू लागले, "तू हे काय केलंस? मला नारदाचा सेवक बनवलंस!" वास्तविक ते मनातून याचा आनंद घेत होते.

श्रीकृष्णाची ही दशा पाहून सत्यभामा नारदमुनींना म्हणाली, "लवकरात तुम्ही श्रीकृष्णाला परत द्या." नारदमुनींनी त्याचे आयोजन करण्याचा इशारा दिला. दुसऱ्या दिवशी सकाळी सर्व व्यवस्था करण्यात आली. नगरातील सर्व लोक एकत्र जमले. श्रीकृष्णाची तुला करण्यासाठी त्यांना एका पारड्यात बसवण्यात आले. श्रीकृष्ण हसत-हसत या लीलेचा आनंद घेत होते. दुसऱ्या पारड्यात सत्यभामेने आपले सर्व दागिने व सोन्याची इतर आभूषणे ठेवण्यास सुरुवात केली, परंतु पारडे काही खाली जाईना. थोडासुद्धा फरक पडला नाही. त्यानंतर तिने इतर राण्यांचे दागिनेही मागितले. त्याही देण्यास तयार होत्या. कारण श्रीकृष्णाला नारदमुनींच्या बंधनातून सोडवण्याची त्यांचीही इच्छा होती. दास्यातून मुक्त होण्याच्या हेतूने सर्वांनी आपापले दागिने दिले. सगळी सोन्या-चांदीची भांडीसुद्धा पारड्यात ठेवली गेली तरी श्रीकृष्णाचे पारडे तसूभरही हालले नाही.

नंतर नारदमुनी सत्यभामेला म्हणाले, "तुम्ही रुक्मिणीला जाऊन विचारा. कारण ती श्रीकृष्णाला जास्त ओळखते. यावरचा उपाय तीच सांगू शकेल." श्रीकृष्णाला मुक्त करायचे होते म्हणून नाइलाजाने सत्यभामा रुक्मिणीकडे गेली.

रुक्मिणीने एक तुळशीचे पान घेतले व त्यवार मोठ्या प्रेमाने कृष्णाचे नाव लिहिले. तिने तिथे येऊन पारड्यातील सर्व दागिने, आभूषणे, सोनं, हिरे-मोती काढून बाजूला ठेवले व पारड्यात फक्त ते तुळशीचे पान ठेवले. पान ठेवताच महान आश्चर्य घडले. श्रीकृष्णाचे पारडे उचलले गेले व दोन्ही पारडी संतुलित झाली. त्या वेळी रुक्मिणी म्हणाली, "श्रीकृष्णाची बरोबरी त्याच्या नावाखेरीज कोणी करू शकत नाही."

नामस्मरण करून कैद झालेल्या कृष्णाला मुक्त करा

गोष्टीच्या माध्यमातून आपल्या हृदयात कैद झालेल्या चेतनेला (कृष्ण) मायेच्या बंधनातून मुक्त करण्याचा किती सोपा मार्ग सांगितला आहे. जर त्या कृष्णरूपी सत्याची ओळख असेल, ज्याला वेगवेगळ्या नावांनी ओळखले जाते. उदाहरणार्थ, राम, कृष्ण, शिव, एकम्, तेजम्, ब्रह्म... त्या एकाच्या नामस्मरणाने तुम्ही आत कैद असलेल्या ईश्वराला बंधनातून मुक्त करू शकता. जो ईश्वर कैदेत आहे, बंदिस्त आहे, वेगवेगळ्या थरांखाली दबला गेला आहे, त्याला तुमच्या शरीराद्वारे अभिव्यक्ती (प्रकटीकरण) करण्याची संधी मिळत नाही, ती नामस्मरणाने प्रखर होऊ शकते. पण हे तेव्हाच घडू शकते जेव्हा माणसाचा अहंकार बाजूला होईल, तो पूर्णपणे समर्पित होईल. अहंकार म्हणतो, "माझ्याकडे इतकी धन-दौलत आहे, नाव आहे, प्रतिष्ठा आहे. मी ईश्वराची बरोबरी करू शकतो." वास्तविक अहंकार कितीही यश मिळवो, जगभरातील संपत्ती मिळवो, सिकंदरासारखा जगावर विजय मिळवो, पण तरीही त्याच्या अंतरंगात असलेला अनुभव, स्वबोध दबलेलाच राहतो, गुलामीत राहतो, त्याला बाहेर येण्याची संधी कधी मिळत नाही.

सत्यभामेला आपल्या दौलतीचा अभिमान होता. मी श्रीकृष्णाला विकत घेऊ शकते हा भ्रम होता, पण ती विकत घेऊ शकली नाही. कृष्णाला प्राप्त करून घेण्यासाठी तिला नमते घ्यावे लागले. अहंकार समर्पित झाला. सत्यभामेसारखी जर माणसाने हार पत्करली, तो ईश्वरनामाला शरण गेला तर चमत्कार घडू शकतो, बुद्धीची कवाडं उघडू शकतात व कृष्णप्राप्ती होऊ शकते. माणूस अहंकाराला महत्त्व देऊन जीवन जगतो व स्वतःला यशस्वी मानतो. म्हणून सांगितले आहे, की विश्वात सुरू असलेल्या आंधळ्या शर्यतीत पळत राहू नका, अगदीच काही नाही तर नामस्मरण करा. स्वयंशिस्त लावा. एक मिनिटभर तरी अंतरंगातील ईश्वराला साद घाला. जितक्या मनापासून, भक्तिभावाने त्याला हाक माराल, तितकी त्याच्या मुक्तीची शक्यता वाढेल.

•••

अध्याय २८

संकीर्तनाचे माहात्म्य, सहजता व शक्ती

शिक्षाष्टक भाग - १

लहानपणापासूनच चैतन्य महाप्रभू वेद-शास्त्रातील जाणकार विद्वान होते. शास्त्रार्थ करताना त्यांच्यासमोर मोठमोठ्या विद्वानांचाही टिकाव लागत नसे. एकापेक्षा एक ज्ञानी, योगी लोक त्यांच्या विद्वत्तेने व भक्तीने त्यांना शरण आले. इतकी मोठी पात्रता असूनही त्यांनी कधी ज्ञानमार्गाची बढाई मारली नाही व स्वतःला ज्ञानी पंडित समजून शेखी मिरवली नाही. त्यांनी सदैव हरिकीर्तनाचा मार्ग अवलंबला व त्याद्वारे पतितांचा व भक्तांचा उद्धार केला. जरी त्यांच्यात मोठमोठे शास्त्रग्रंथ लिहिण्याची क्षमता होती तरी त्यांनी तसे केले नाही. कारण स्वतःला विसरून, भक्तीत रंगून हरिकीर्तन करणे हे त्यांच्या दृष्टीने पुरेसे होते. त्यांनी केलेल्या रचनांबाबत बोलायचे झाले तर चैतन्य महाप्रभूंनी केवळ आठ श्लोक लिहिले पण ते भक्तीने ओत-प्रोत भरलेले आहेत. याला शिक्षाष्टक म्हणतात. हे श्लोक म्हणजे भक्ताच्या विकल हृदयातून उमटलेल्या भावपूर्ण प्रार्थना आहेत. त्यांत त्यांनी भक्ताची विरहावस्था, स्वीकारभाव, कृष्णाची स्तुती, नामस्मरणाचे महत्त्व यांसारख्या गोष्टी सांगितल्या आहेत. चैतन्य महाप्रभूंना राधाभाव असलेले श्रीकृष्ण का म्हटले जाते, हे या श्लोकांवरून तुमच्या लक्षात येईल. त्यांच्या भक्तीचा स्तर राधेसारखा होता तर ते कृष्णाशी (सेल्फ) एकरूप होऊन कृष्ण होऊन जगत होते. परंतु भक्तांना मनन-पठण करण्यासाठी सत्य साहित्याची आवश्यकता लक्षात

घेऊन त्यांनी शिष्यांना श्रीकृष्ण तत्त्वावर ग्रंथ लिहिण्यास सांगितले. या आझेचे पालन आजही त्यांचे अनुयायी करत आहेत. या अध्यायात चैतन्य महाप्रभूंनी रचलेले शिक्षाष्टक, त्याचा अनुवाद व भावार्थ समजून घेऊ.

शलोक – १ हरिसंकीर्तनाचा महिमा

चेतोदर्पणमार्जनं भव-महादावाग्नि-निर्वापणम्
श्रेय:कैरवचन्द्रिकावितरणं विद्यावधू-जीवनम्।
आनंदाम्बुधिवर्धनं प्रतिपदं पूर्णामृतास्वादनम्
सर्वात्मस्नपनं परं विजयते श्रीकृष्ण-संकीर्तनम् ॥१॥

अर्थ : जो हृदयातील वर्षानुवर्षे साचलेला मळ दूर करतो तसेच वारंवार येणाऱ्या जन्म-मृत्यूरूपी वणव्याला शांत करतो, त्या श्रीकृष्ण-संकीर्तनाचा विजय असो. हा संकीर्तन यज्ञ मानवतेसाठी परम कल्याणकारी आहे. कारण तो भक्तांना चंद्राच्या शीतल किरणांप्रमाणे शीतलता देतो. समस्त विद्यारूपी योग्याचे हेच जीवन आहे. तो आनंदसागराची वृद्धी करणारा आहे. तो सतत अमृताचा आस्वाद देतो ॥१॥

भावार्थ : चैतन्य महाप्रभूंच्या सांगण्यानुसार जर संपूर्ण भक्तिभावात राहून, ईश्वराला समर्पित होऊन, ईश्वरनामाचे संकीर्तन केले तर आपल्या अंतरंगात दबून, लपून राहिलेला सर्व कचरा साफ होतो. फलस्वरूप आपले मन शुद्ध होते, बुद्धी निर्मळ होते व हृदय भक्ती, करुणा, प्रेम यांसारख्या ईश्वरीय गुणांनी भरून जाते. त्यामुळे कर्म सुधारते व भविष्य चांगले घडते.

आपला अहंकार हा दुसरा शत्रू असून त्यावरसुद्धा हरिनाम संकीर्तनाने विजय प्राप्त करता येतो.

महाप्रभूंच्या सांगण्यानुसार हरिनाम संकीर्तन वारंवार जळणाऱ्या व विझणाऱ्या मृत्यूरूपी आगीला (अहंकार) शांत करते. कारण नामसंकीर्तनामुळे भक्त हळूहळू अंतरंगातील स्रोताशी जोडला जाऊ लागतो. पुढे एक अवस्था अशी येते, की तो सतत स्रोताशी जोडलेला राहतो. अहंकाराच्या जन्म-मृत्यूच्या पलीकडे असणारी ही अवस्था आहे. या अवस्थेवर स्थिर होण्याला स्वबोध किंवा आत्मसाक्षात्कार म्हणतात.

चैतन्य महाप्रभू पुढे आपल्या शलोकात सांगतात- समस्त विद्यारूपी योग्याचे हेच जीवन आहे. म्हणजे तुम्ही कोणत्याही मार्गानि जा, कोणतीही विद्या प्राप्त करा पण जर सत्य प्राप्त केले नाही तर सगळे निष्फळ आहे.

चैतन्य महाप्रभू म्हणतात, हरिनाम संकीर्तन आपल्या अंतरंगात उसळणाऱ्या आनंदात वाढ करते. कारण जो दोनाच्या (द्वैताच्या) पलीकडे जातो त्याच्यासाठी सगळा आनंदच आनंद उरतो. हरिनामकीर्तनरूपी अमृताचे सेवन करणारा भक्त नेहमी आनंदात राहतो.

श्लोक – २ नामाची शक्ती आणि सहजता

नाम्नामकारि बहुधा निज सर्व शतिस्तत्रार्पिता नियमितः स्मरणे न कालः।
एतादृशी तव कृपा भगवन्ममापि दुर्दैवमीदृशमिहाजनि नानुरागः॥२॥

अर्थ : हे ईश्वर! तुझे केवळ नाम सर्व जीवांचे कल्याण करणारे आहे. कृष्ण, गोविंद अशी तुझी अनेक नावे आहेत. तू तुझ्या नावांमध्ये तुझी सर्व शक्ती ओतली आहेस. तुझ्या नामाचे स्मरण किंवा कीर्तन करण्यासाठी देश, काल यांचे कुठलेही नियम नाहीत. हे प्रभू, तू आमच्यावर कृपा केली आहेस म्हणून तुझे नामस्मरण करून अत्यंत सहजतेने भगवत्प्राप्ती करून घेण्याचे सामर्थ्य आमच्यात निर्माण झाले आहे. परंतु मी इतका अभागी आहे, की अजूनही माझ्या मनात तुझ्या नामाचे प्रेम उत्पन्न झाले नाही ॥२॥

भावार्थ : प्रस्तुत श्लोकात चैतन्य महाप्रभू प्रिय कृष्णाला म्हणतात, 'हे कृष्णा, तुझी लाखो नावे आहेत. जशी, कृष्ण, कान्हा, गोविंद, मुरारी, गिरीधर, गोपाल, मोहन, मुरलीधर, पीतांबर वगैरे...' कोणतेही नाव घेतले तरी भक्ताचे कल्याण होते. इथे 'कृष्ण' म्हणजे कोणत्याही शरीराचे नाव नाही तर परमचेतनेला त्या नावाने संबोधले जाते.

पुढे चैतन्य महाप्रभू म्हणतात, 'ईश्वराने स्वतःच्या नावातच सर्व शक्ती समाविष्ट केल्या आहेत. मोठमोठ्या साधना, तप करण्याच्या योग्यामध्ये त्या शक्ती जागृत होऊ शकतात. मन केंद्रित होणे, इंद्रियांवर ताबा असणे, विचारशून्य अवस्था प्राप्त होणे, अंतरंगातील स्रोताशी जोडले जाणे यांसारख्या शक्ती जागृत होतात.'

श्लोकाच्या शेवटच्या ओळीमध्ये चैतन्य महाप्रभू कच्च्या-पक्क्या भक्तांना प्रेरणा देण्याच्या हेतूने म्हणतात, 'मी किती अभागी आहे, की इतका सहज मार्ग मिळूनही माझ्या मनात अजून तुझ्या नावाचे प्रेम निर्माण झाले नाही.' हे वाचून लोक आश्चर्यचकित होऊ शकतात, की चैतन्य महाप्रभू कृष्णाच्या प्रेमात आकंठ बुडाले आहेत तरी असे का म्हणत आहेत?

वास्तविक या ओळीद्वारे ते भक्तांना संदेश देत आहेत, की 'अजूनही तुमची भक्ती पूर्ण नाही. जर माझ्या भक्तीत मला प्रेमाची कमतरता जाणवते तर तुम्हालाही जाणवायला हवी. भक्ती अजून प्रखर व्हायला हवी. कठीण असणारी तपस्या इतकी सोपी करून तुम्हाला दिली आहे. आता तरी ईश्वराच्या प्रेमात पूर्णपणे रमून जा.'

त्याचबरोबर ज्या लोकांच्या मनात अजूनही ईश्वराबद्दलचे प्रेम जागृत झालेले नाही, त्यांना त्याची ओढ वाटत नाही व याची त्यांना जाणीवही होत नाही त्यांनाही ते संदेश देत आहेत. हा श्लोक वाचून लोकांना वाटावे, की ते किती मोठ्या कृपेपासून वंचित आहेत, अशी महाप्रभूंची इच्छा आहे. एखादा सुखाने जगत असेल, त्याने पद, प्रतिष्ठा मिळवली असेल, सर्वकाही सुरळीत सुरू असेल तर ही न्यूनता त्याच्या लक्षातही येणार नाही. अशा लोकांना प्रत्यक्ष न सांगता अप्रत्यक्षपणे स्वतःला दूषणे देऊन ते इतरांना संदेश देत आहेत, की 'हे प्रभू, माझ्यावर कृपा कर. माझ्या मनात तुझ्याबद्दल इतके प्रेम निर्माण कर की मला तुझ्याखेरीज इतर कोणी दिसू नये. सगळीकडे मला तूच दिसावास.'

•••

अध्याय २९

मानरहित, सहनशील निःस्वार्थ भक्ती

शिक्षाष्टक भाग - २

मागील अध्यायात पहिल्या दोन श्लोकातील भावना जाणल्या. या अध्यायात पुढील दोन श्लोक समजून घेऊ.

श्लोक – ३ भक्ताचे गुण

तृणादपि सुनीचेन तरोरपि सहिष्णुना।
अमानिना मानदेन कीर्तनीयः सदा हरिः ॥३॥

अर्थ : स्वतःला रस्त्यात पडलेल्या तृणापेक्षाही कमी लेखून, वृक्षाप्रमाणे सहनशील होऊन, खोट्या मानपानाची कामना न करता, इतरांना सदैव मान देऊन आपण नेहमी विनम्रतेने श्री हरिनामाचे कीर्तन करायला हवे ॥३॥

भावार्थ : प्रस्तुत श्लोकामध्ये चैतन्य महाप्रभू भक्ताचा पहिला गुण सांगत आहेत. ते म्हणतात, भक्तामध्ये मोठेपणा मिरवण्याचा भाव नसावा. त्याने स्वतःला रस्त्यात पडलेल्या गवताच्या काडीपेक्षाही तुच्छ समजले पाहिजे. याचा अर्थ, स्वतःबद्दल हीन भावना ठेवा असा नसून इतरांना लहान समजू नका, असा आहे. सृष्टीतील कोणत्याही जीवाला, मग ती छोटीशी मुंगी का असेना, क्षुल्लक समजू नका.

भक्ताचा दुसरा गुण म्हणजे त्याने वृक्षासमान सहनशील असायला पाहिजे. सहनशीलतेबद्दल बोलायचे झाले तर या पृथ्वीतलावर धरती व वृक्ष हे सहनशीलतेची

पराकाष्ठा आहेत असे मानले जाते. वृक्षाला कितीही दगड फेकून मारले, तरी तो आपल्याला फळेच देतो. वृक्ष कापला तरी लाकडाच्या रूपात तो आपल्याला मदतच करतो.

चैतन्य महाप्रभू भक्ताचा तिसरा गुण सांगतात, की भक्ताने खोट्या मान-सन्मानाची इच्छा धरू नये. तसे पाहिले तर भक्ती व मान-सन्मान परस्परविरोधी गोष्टी आहेत. भक्ताला प्रापंचिक मान, प्रतिष्ठा यांची काय गरज? तो या गोष्टी सहजपणे सोडू शकतो. पण आध्यात्मिक मार्गावरून जात असताना मिळणारी प्रतिष्ठा, मान यांत अडकून त्याच्यात सत्त्वगुणाचा अहंकार वाढू शकतो आणि इथेच अडचण निर्माण होते. महाप्रभू या खोट्या मान-सन्मानाची इच्छा धरू नका असे सांगत आहेत.

चैतन्य महाप्रभू भक्ताचा चौथा गुण सांगतात, की भक्ताने नेहमी इतरांना मान दिला पाहिजे. प्रत्येक जीव हा ईश्वराचेच रूप असते म्हणून समोरचा ईश्वरच आहे ही समज भक्ताने आपल्या भावनेत, वाणीत, विचारांत व क्रियेत उतरवली पाहिजे. त्याच्याबद्दल अनासक्त भाव ठेवून योग्य कार्य करणे हे भक्ताचे कर्तव्य आहे. म्हणजेच बाह्यतः आवश्यकतेनुसार वर्तन ठेवावे पण आपण वस्तुतः कोणासमोर उभे आहोत याचे सतत भान ठेवायला हवे. ईश्वराचा मान राखायला हवा.

श्लोक - ४ निःस्वार्थ भक्तीची कामना

न धनं न जनं न सुन्दरीं कवितां वा जगदीश कामये।
मम जन्मनि जन्मनीश्वरे भवताद् भक्तिरहैतुकी त्वयि॥४॥

अर्थ : हे जगदीश्वरा! मला धन गोळा करण्याची कोणतीही कामना नाही ना माझ्या मागे येणाऱ्या लोकांची कामना आहे. मला सुंदर स्त्री प्राप्त करण्याची इच्छा नाही, ना महान रचना निर्माण करून प्रशंसा प्राप्त करण्याची इच्छा आहे. मी जन्म-जन्मांतरी तुझी निःस्वार्थ भक्तीची कामना करावी ही माझी एकमेव इच्छा आहे ॥४॥

भावार्थ : या श्लोकामध्ये चैतन्य महाप्रभूंची लीला पाहण्याजोगी आहे. वास्तविक ते स्वतः सर्व प्रापंचिक सुखापासून उदाहरणार्थ, धन, मान वा प्रशंसा इत्यादीपासून दूर आहेत, ईश्वरभक्तीत रममाण झाले आहेत. तरीसुद्धा हा श्लोक रचून ते आपल्या प्रिय कृष्णाला याचना करत आहेत, की प्रभू! मला तुमच्याकडून कोणतेही धन नको. कारण धनसंचय करण्याची मला इच्छा नाही. माझ्या मागे अनुयायांची फौज निर्माण करून स्वतःला शक्तिशाली, प्रभावशाली गुरू समजून अहंकार वाढवावा

अशी माझी इच्छा नाही. मला असा गुरू व्हायचे नाही. मला सुंदर पत्नीचा हव्यास नाही. मोठमोठ्या रचना लिहून प्रसिद्ध होण्याचीही माझी इच्छा नाही. लोकांनी माझी स्तुती करावी असे मला वाटत नाही. माझी एकमात्र इच्छा आहे, की मी जन्म-जन्मांतरी फक्त तुझी निःस्वार्थ भक्ती करावी.

●●●

अध्याय ३०
दास्यभाव, अलौकिक प्रेम

शिक्षाष्टक भाग - ३

मागील अध्यायांमध्ये आपण चैतन्य महाप्रभूंद्वारे लिहिले गेलेले चार श्लोक पाहिले. या अध्यायामध्ये उर्वरित चार श्लोकांचे सार पाहणार आहोत, त्याचा आनंद घेणार आहोत. यामध्ये एका व्याकूळ भक्ताची प्रार्थना आहे.

श्लोक – ५ भक्ताचा दास्य भाव

अयि नन्दतनुज किंकरं पतितं मां विषमे भवाम्बुधौ।

कृपया तव पादपंकज-स्थितधूलिसदृशं विचिन्तय॥५॥

अर्थ : हे नन्द तनुज (नंद पुत्र), मी सतत तुमचा दास आहे परंतु काही कारणवश मी या जन्म-मृत्यूरूपी सागरात येऊन पडलो आहे. कृपा करून मला तुमच्या चरणकमलांवरची धूळ समजून या कठीण मृत्युसागरापासून मुक्त करा ॥५॥

भावार्थ : प्रस्तुत श्लोकात परम कृष्णभक्त चैतन्य महाप्रभू आपले आराध्य दैवत नंदनंदन श्रीकृष्णाला व्याकूळ होऊन मुक्तीसाठी प्रार्थना करत आहेत. ते म्हणतात, 'मी तर कायमचाच तुमचा दास आहे. मी सतत तुमची भक्ती करतो. पण माझ्या भक्तीत काहीतरी न्यूनता असणार असे मला वाटते. म्हणूनच मी या जन्म-मृत्यूच्या सागरात येऊन पडलो आहे.'

भावनाविवश होऊन ते श्रीकृष्णाला प्रार्थना करत आहेत, की 'माझी भक्ती उच्च स्तरावर राहावी जिथे पुन्हा कधीही अहंकार जागृत होऊ नये व तुझ्यापासून मी कधीही विलग होऊ नये.' चैतन्य महाप्रभूंना वाटते, की ईश्वराने त्यांना त्याच्या चरणकमलावरची धूळ समजून सतत आपल्याजवळ ठेवावे व या अहंकाररूपी मृत्युसागरापासून मुक्त करावे.

श्लोक – ६ अलौकिक प्रेमावस्था

नयनं गलदश्रुधारया वदनं गदगदरुद्धया गिरा।

पुलकैर्निचितं वपुः कदा तव नाम-ग्रहणे भविष्यति॥६॥

अर्थ : हे प्रभू! तुझ्या नामाचे कीर्तन करत माझ्या डोळ्यांतून अश्रूंची धारा कधी वाहणार? कधी तुझ्या नामाचे उच्चारण करताक्षणी माझा कंठ दाटून येणार? केवळ तुझ्या नामस्मरणाने माझे शरीर रोमांचित होणार? ॥६॥

भावार्थ : प्रस्तुत श्लोकामध्ये असे वाटते, की चैतन्य महाप्रभू त्यांच्या वर्तमानअवस्थेबाबत संतुष्ट नाहीत. त्यांना त्यांच्या भक्तिभावनेत काहीतरी कमतरता जाणवते. म्हणून ते कृष्णाकडे भक्तीची उच्चतम अवस्था प्राप्त व्हावी यासाठी प्रार्थना करतात. ते म्हणतात, 'तुझे कीर्तन करताना इतका आनंद निर्माण होऊ दे की आनंदाच्या भरात माझे डोळे पाझरू दे. तुझे नाम उच्चारताच मी इतके भावविभोर व्हावे की माझा कंठ दाटून यावा व शरीर रोमांचित व्हावे.'

या श्लोकामधून अलौकिक प्रेम (ईश्वरावर केलेले निःस्वार्थ प्रेम) व लौकिक प्रेम (इच्छा, अपेक्षा यांनी युक्त असे प्रापंचिक प्रेम) यांतील फरक स्पष्टपणे दिसून येतो. लौकिक प्रेमात जेव्हा एखादा आपल्या प्रेमीची आठवण येऊन, विरहाने अश्रू ढाळतो किंवा त्याचे नाव घेताच त्याचा कंठ दाटून येतो, तेव्हा ती भावना आसक्तीमुळे निर्माण झालेल्या दुःखामुळे असते. त्याउलट अलौकिक प्रेमात भक्त अशा अवस्थेत दुःखी नसतो तर अत्याधिक आनंदात असतो. भक्तीमुळे पाझरणारे डोळे आनंद वाढवतात. जेवढे अश्रू ओघळतात तेवढा अहंकार विरघळतो. हृदय व मन निर्मळ होते. या पवित्र गंगेमुळे भक्तातील सर्व विकार, वाईट विचार व पापकर्म धुतली जातात. ईश्वरभक्तीत बुडून भक्त अत्यानंदाची अवस्था प्राप्त करतो. चैतन्य महाप्रभू श्रीकृष्णाकडे अशी अवस्था प्राप्त व्हावी अशी मागणी करतात.

श्लोक – ७ भक्तीमुळे आलेले अश्रू माया नाहीशी करतात

युगायितं निमेषेण चक्षुषा प्रावृषायितम्।

शून्यायितं जगत् सर्वं गोविन्द विरहेण मे ॥७॥

अर्थ : हे गोविंद! तुझ्या विरहाचा एक क्षणसुद्धा मला युगाप्रमाणे वाटतो. माझ्या नेत्रांतून मुसळधार पावसाप्रमाणे अश्रुधारा वाहत आहेत व समस्त विश्व शून्याप्रमाणे दिसत आहे. ॥७॥

भावार्थ : इथे अश्रूंमुळे अंधूक झालेल्या डोळ्यांना जग दिसणे बंद झाले असा अर्थ नसून अंतर्चक्षू उघडल्यामुळे विश्व शून्यवत दिसत आहे असा अर्थ अभिप्रेत आहे. भक्तीच्या परमोच्च अवस्थेत गेल्यानंतर मायेचा पडदा दूर होतो व संपूर्ण विश्व व त्यातील समस्त प्रपंच खोटा व अस्तित्वहीन वाटू लागतो. या सर्व आंतरिक अनुभवाच्या गोष्टी आहेत. स्थूल दृष्टिकोनातून हे रहस्य समजत नाही. चैतन्य महाप्रभू आंतरिक अनुभवाच्या अवस्थेतून या विश्वाचे शून्यरूप पाहत आहेत. हे शून्य दुसरे काहीही नसून कृष्णचेतना आहे.

श्लोक – ८ ईश्वरासमोर संपूर्ण समर्पण

आश्लिष्य वा पादरतां पिनष्टु मामदर्शनान्-मर्महतां करोतु वा।

यथा तथा वा विदधातु लम्पटो मत्प्राणनाथस्-तु स एव नापरः॥८॥

अर्थ : श्रीकृष्णाखेरीज कोणीही माझे प्राणनाथ नाही व ते सदैव राहतील. मग ते मला आलिंगन देवो अथवा दर्शन न देऊन घायाळ करोत. माझ्याशी कसेही वागण्याचे स्वातंत्र्य त्यांना आहे. कारण ते माझे आराध्य प्राणनाथ आहेत व नेहमीच राहतील. ॥८॥

भावार्थ : प्रस्तुत श्लोकात चैतन्य महाप्रभूंची दिव्य स्वीकारभक्तीची अवस्था स्पष्टपणे दिसून येते. या आधीच्या श्लोकांमध्ये त्यांनी श्रीकृष्णाकडे याचना केली होती. आपल्याला त्यांच्या चरणाजवळ स्थान देण्याची त्यांनी विनवणी केली होती, परंतु या श्लोकात त्यांची अवस्था अजून उच्च झाली आहे. कारण त्यांनी स्वतःला पूर्णपणे श्रीकृष्णाच्या हवाली केले आहे. आता ते सांगतात, की श्रीकृष्णाखेरीज कोणीही त्यांचे प्राणनाथ नाहीत व ते सदैव राहतील. श्रीकृष्णांनी माझा स्वीकार करो अथवा न करो, मी मात्र त्यांना पूर्णपणे समर्पित झालो आहे. आता माझी त्यांच्याबाबत कोणतीही तक्रार नाही व पुढेही राहणार नाही. त्यांनी मला आपलेसे केले अथवा नाही केले, त्यांचा साक्षात्कार घडवला अथवा न

घडवला तरी चालेल. ते माझ्याशी कसेही वागू शकतात. त्यामुळे माझ्या भक्तीमध्ये तसूभरही फरक पडणार नाही. त्यांनी माझ्याशी कसे वागायचे हा अधिकार पूर्णपणे त्यांचा आहे. त्यांचा प्रत्येक निर्णय मला संपूर्णतः स्वीकार आहे.

●●●

सरश्री - अल्प परिचय

सरश्रींचा आध्यात्मिक शोधाचा प्रवास त्यांच्या बालपणापासूनच सुरू झाला होता. हा शोध सुरू असतानाच त्यांनी अनेक प्रकारच्या पुस्तकांचं अध्ययन केलं. त्याचबरोबर या शोधकाळात त्यांनी अनेक ध्यानपद्धतींचा अभ्यासही केला. त्यांच्यातील या जिज्ञासेने त्यांना अनेक वैचारिक आणि शैक्षणिक संस्थांमध्ये जाण्यासाठी प्रेरित केलं. जीवनाचं रहस्य समजण्यासाठी त्यांनी प्रदीर्घ काळ मनन करून आपलं शोधकार्य सातत्याने सुरू ठेवलं. या शोधातूनच त्यांना 'आत्मबोध' प्राप्त झाला. आत्मसाक्षात्कारानंतर त्यांना जाणवलं, की अध्यात्माचा प्रत्येक मार्ग ज्या शृंखलेने जोडलेला आहे, तो म्हणजे 'समज' (Understanding). आत्मबोधप्राप्तीनंतर त्यांनी अध्यापनाचं कार्य थांबवलं आणि जवळ जवळ दोन दशकांहूनही अधिक काळ आपलं समस्त जीवन मानवजातीच्या कल्याणासाठी आणि आध्यात्मिक विकासासाठी अर्पण केलं.

सरश्री म्हणतात, 'सत्यप्राप्तीच्या सर्व मार्गांचा प्रारंभ जरी वेगवेगळ्या मार्गांनी होत असला, तरी सर्वांचा अंत मात्र एकच समज प्राप्त केल्याने होतो. ही 'समज'च सर्व काही असून ती स्वतःमध्ये परिपूर्ण आहे. आध्यात्मिक ज्ञानप्राप्तीसाठी या 'समजे'चं श्रवणच पुरेसं आहे.' ही समज प्रकाशमान करण्यासाठी आजपर्यंत त्यांनी आध्यात्मिक विषयांवर तीन हजारांहून अधिक प्रवचनं दिली आहेत. या प्रवचनांद्वारे ते अध्यात्मातील अतिशय गहन संकल्पना सहज, सुलभ आणि व्यावहारिक भाषेत समजावून सांगतात. समाजातील प्रत्येक स्तरावरील मनुष्य सरश्रींद्वारे सांगितल्या जाणाऱ्या या समजेचा लाभ घेऊ शकतो. त्यासाठी कोणत्याही धर्म, जात, उपजात, वर्ण, पंथ वा लिंग यांचं बंधन नसतं. विश्वाच्या प्रत्येक कानाकोपऱ्यांतील लोक आज 'तेजज्ञान'च्या अनोख्या ज्ञानप्रणालीचा लाभ घेत आहेत. याच व्यवस्थेचा आणखी एक महत्त्वपूर्ण भाग म्हणजे, दररोज सकाळी आणि रात्री ९ वाजून ९ मिनिटांनी लाखो लोक विश्वशांतीसाठी प्रार्थना करत आहेत.

सरश्री - अल्प परिचय

सरश्री तेजज्ञान यूट्यूब चॅनल

तेजज्ञान फाउंडेशन - परिचय

तेजज्ञान फाउंडेशन आत्मविकासातून आत्मसाक्षात्कार प्राप्त करण्याचा एक मार्ग आहे. यासाठी सरश्रींद्वारा एक अनोखी बोधप्रणाली (System for Wisdom) निर्माण झाली आहे. या प्रणालीला आंतरराष्ट्रीय प्रमाणपत्राद्वारे ISO 9001:2015च्या आवश्यकतेनुसार आणि निकष पडताळून सरळ, व्यावहारिक आणि प्रभावी बनवलं गेलं आहे.

या संस्थेच्या प्रबोधनपद्धतीच्या भिन्न पैलूंना (शिक्षण, निरीक्षण आणि गुणवत्ता) स्वतंत्र गुणवत्ता परीक्षकांद्वारे (Quality Auditors) क्रमबद्ध पद्धतीने पडताळलं गेलं. त्यानंतर या पैलूंना ISO 9001:2015 साठी पात्र समजून या बोधपद्धतीला हे प्रमाणपत्र प्रदान करण्यात आलं.

या फाउंडेशनचे लक्ष्य आहे नकारात्मक विचारांकडून सकारात्मक विचारांकडे वाटचाल. सकारात्मक विचारांकडून शुभ विचारांकडे म्हणजे हॅपी थॉट्सकडे प्रगती. शुभ विचारांकडून निर्विचार अवस्थेकडे मार्गक्रमण आणि निर्विचार अवस्थेच्या अंती आत्मसाक्षात्कार प्राप्ती. 'मी सर्व विचारांपासून मुक्त व्हावे' हा विचार म्हणजे शुभ विचार (हॅपी थॉट्स). 'मी प्रत्येक इच्छेपासून मुक्त व्हावे', अशी इच्छा म्हणजे शुभ इच्छा.

आपल्याला असे ज्ञान हवे आहे, की जे सामान्य ज्ञानापलीकडे आहे, जे प्रत्येक समस्येवरील उत्तर आहे, जे प्रत्येक समजुतीपासून, गृहीत धारणांपासून आपल्याला मुक्त करते, ईश्वरी साक्षात्कार घडवते, अंतिम सत्यात स्थापित करते. आता वेळ आली आहे शाब्दिक, सामान्यज्ञानातून बाहेर येऊन तेजज्ञानाचा अनुभव घेण्याची!

तेजज्ञान फाउंडेशन - परिचय

हॅपी थॉट्स तेजज्ञान यूट्यूब चॅनल

महाआसमानी - अल्प परिचय
Self Development to Self Realization
Towords Self Stabilizaion

तुम्हाला सर्वोच्च आनंद हवाय? असा आनंद, जो कोणत्याही बाह्य कारणावर अवलंबून नाही... जो प्रत्येक क्षणी वृद्धिंगत होतो. या जीवनात तुम्हाला प्रेम, विश्वास, शांती, समृद्धी आणि परमसंतुष्टी हवी आहे का? शारीरिक, मानसिक, सामाजिक, आर्थिक आणि आध्यात्मिक अशा आयुष्याच्या सर्व स्तरांवर यशस्वी होण्याची तुमची इच्छा आहे का? 'मी कोण आहे' हे तुम्हाला अनुभवाने जाणावंसं वाटतं का?

तुमच्या अंतर्यामी अशा सर्व प्रश्नांची उत्तरं जाणण्याची इच्छा आणि 'अंतिम सत्य' प्राप्त करण्याची तृष्णा असेल, तर तेजज्ञान फाउंडेशनतर्फे आयोजित 'महाआसमानी शिबिरा'त तुमचं स्वागत आहे. हे शिबिर सरश्रींच्या मार्गदर्शनावर आधारित आहे.

महाआसमानी परमज्ञान शिबिराचा उद्देश

विश्वातील प्रत्येक मनुष्यानं 'मी कोण आहे', या प्रश्नाचं उत्तर जाणून तो सर्वोच्च आनंदाच्या अवस्थेत स्थापित व्हावा, हाच या शिबिराचा मुख्य उद्देश आहे. प्रत्येकाला असं ज्ञान प्राप्त व्हावं, जेणेकरून त्यानं प्रत्येक क्षणी वर्तमानात जगण्याची कला आत्मसात करावी. तो भूतकाळाचं ओझं आणि भविष्याची चिंता यांतून मुक्त व्हावा. प्रत्येकाच्या आयुष्यात कधीही न संपणारा आनंद आणि योग्य समज यावी. शिवाय, प्रत्येकानं समस्या विलीन करण्याची कला आत्मसात करावी. मनुष्यजन्माचा उद्देश सफल व्हावा. 'मी कोण आहे? मी येथे का आहे? मोक्ष म्हणजे काय? या जन्मातच मोक्षप्राप्ती शक्य आहे का?' असे प्रश्न जर तुमच्या मनात असतील, तर त्यांवरील उत्तर आहे- 'महाआसमानी परमज्ञान शिबिर'.

महाआसमानी- अल्प परिचय

हॅपी थॉट्स सरश्री (इंग्लिश) यूट्यूब चॅनल

तेजज्ञान फाउंडेशनच्या मुख्य शाखा

- **पुणे (रजिस्टर्ड ऑफिस)** : विक्रांत कॉम्प्लेक्स, तपोवन मंदिराजवळ, पिंपरी, पुणे ४११ ०१७. दूरध्वनी : ०२०-२७४१ १२४०, २७४१ २५७६
- **मनन आश्रम** : सर्व्हे नं. ४३, सणस नगर, नांदोशी गांव, किरकटवाडी फाटा, तालुका हवेली, जि. पुणे ४११ ०२४. मोबाईल : ०९९२१० ०८०६०

विश्व शांती प्रार्थना

पृथ्वीवर शुभ्र प्रकाश (दिव्यशक्ती) येत आहे,
पृथ्वीतून सोनेरी प्रकाशाचा (चेतनेचा) उदय होत आहे.
विश्वातील सगळी नकारात्मकता दूर होत आहे.
सर्वजण प्रेम, आनंद आणि शांतीसाठी ग्रहणशील होत आहेत.

ही 'सामुदायिक अव्यक्तिगत प्रार्थना' तेजज्ञान फाउंडेशनचे सर्व सदस्य कित्येक वर्षांपासून सातत्याने करत आहेत. आनंदी लोकदेखील ही प्रार्थना करू शकतात. तसेच आजारी किंवा कोणत्याही समस्येमुळे त्रस्त असणारे लोकही ही प्रार्थना ग्रहण करून स्वास्थ्यलाभ घेऊ शकतात.

तुम्ही एखाद्या आजाराने वा समस्येने त्रस्त असाल, तर सकाळी अथवा रात्री ९ वाजून ९ मिनिटांनी ग्रहणशील होऊन शांत बसा. 'स्वास्थ्य आणि शांती यांचा शुभ्र प्रकाश प्रार्थना करणाऱ्या कित्येक लोकांद्वारे पृथ्वीवर येत आहे. त्याचप्रमाणे तो माझ्यावरही कार्य करत आहे. जेणेकरून मी स्वस्थ आणि शांत होत आहे,' असं मनात म्हणा. त्यानंतर काही वेळ याच भावावस्थेत राहून सर्वांना धन्यवाद द्या आणि मगच उठा.

• नम्र निवेदन •

विश्वशांतीसाठी लाखो लोक दररोज सकाळी आणि रात्री ९:०९ मिनिटांनी वर दिलेली प्रार्थना करत आहेत. तसेच भारतीय वेळेनुसार दररोज सकाळी ६.१५, दुपारी ३.३० आणि रात्री ९.०० वाजता 'ध्यान प्रार्थना बीज' यूट्यूबच्या माध्यमातून प्रसारित केले जाते. कृपया आपणही यामध्ये सहभागी व्हा.

 हॅपी थॉट्स परम ज्ञान यूट्यूब चॅनल

www.ingramcontent.com/pod-product-compliance
Lightning Source LLC
Chambersburg PA
CBHW031721180726
47993CB00023B/2297